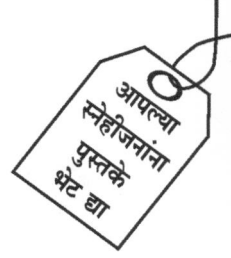

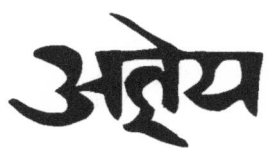

आपल्या स्नेहीजनांना पुस्तके भेट द्या

अत्रेय

रेखा बैजल

AA000839

मेहता पब्लिशिंग हाऊस

ADNEYA by REKHA BAIJAL

अज्ञेय / कादंबरी

© रेखा बैजल

'शब्द', शिवशक्ती ग्रीन सिटी, न.प. समोर, रेल्वे स्टेशन रोड,
जालना – ४३१२०३. फोन : ९८५०३४७२५२
Email : rekhabaijal52@gmail.com

प्रकाशक : सुनील अनिल मेहता, मेहता पब्लिशिंग हाऊस,
१९४१, सदाशिव पेठ, माडीवाले कॉलनी, पुणे ४११०३०.

अक्षरजुळणी : स्वाती एंटरप्रायझेस, सहकारनगर, पुणे ९.

मुखपृष्ठ : चंद्रमोहन कुलकर्णी

प्रकाशनकाल : सप्टेंबर, २०११ / पुनर्मुद्रण : ऑक्टोबर, २०१७

P Book ISBN 9788184982770
E Book ISBN 9789387319226
E Books available on : play.google.com/store/books
www.amazon.in

ज्या आज्ञेयाच्या शोधात शतकानुशतकं
अनेक पावलं गेली त्या अज्ञेयास
हे अर्पण

'अज्ञेय'च्या निमित्ताने

ही एक रूपकात्मक कादंबरी आहे. खूपदा सार्वत्रिक विचार किंवा भावना मांडताना रूपक शैली अधिक उपयुक्त ठरते. कारण त्यात व्यक्ती-स्थळ-काळसापेक्षता टाळता येते.

अनेक व्यक्तींच्या संदर्भात, त्यांच्या स्वप्नांच्या आणि हाती आलेल्या सत्याच्या संदर्भात माझ्या मनात अनेक विचार होते. मी कथा लिहायला घेतली, पण लिहिता लिहिता लक्षात आलं की, हा आवाका मोठा आहे. अनेकांची सत्यं, स्वप्नं आणि फलश्रुती ह्याचा विचार करता करता लिहीत गेले, ती कादंबरी 'अज्ञेय'.

ह्या तऱ्हेची कादंबरी नसली, तरी कथा मराठीत आहे. रूपक-बंधात जी. ए. कुलकर्णींनी आपले अनेक विचार मांडले. माझ्या सर्व लिखाणात कदाचित सर्वाधिक मला आवडलेलं हे लिखाण असेल. कारण अनेक विचार जे मनाच्या अंधाऱ्या कोपऱ्यात होते, जे मलाही माहीत नव्हते असे ह्या लिखाणात अचानक अवतरले.

मी आजवर कधी 'लेखिका आहे, म्हणून स्त्रीवादी लिहावं.' असं केलं नाही. 'अज्ञेय' हादेखील स्त्रीवादापलीकडच्या मनुष्याचा शोध आहे – भावनिक व वैचारिक! त्या प्रवासात माझ्यासोबत वाचकांनीही असावं, ह्याहून अधिक आनंद कोणता?

– सौ. रेखा बैजल

१

तो घराबाहेर पडला. त्याच्या हातात त्याचे रंगांचे कुंचले, कागद आणि रंग होते. ते जिवापाड जपल्यासारखे त्यानं आपल्या छातीशी धरले होते. तेवढ्यात त्याची बहीण धावत आली.

"दादा, तू बाहेर चाललाच आहेस, तर भाजी तरी घेऊन ये, असं आईनं सांगितलंय.''

"अगं, मी बाजारात जात नाहीये. मला टेकडीवर....''

तेवढ्यात मागून आई आली. "माहितेय, तू टेकडीवर जाणार आहेस आणि ती झाडंझुडुपं कागदावर उतरवणार आहेस; पण त्यानं पोट भरत नसतं. त्या पिशवीत पैसेपण ठेवलेत. फक्त भाजी आणायचं काम कर.''

आईच्या रागावून बोलण्यानं पिशवी हातात घेण्याशिवाय त्याला गत्यंतर राहिलं नाही.

"भाजी चांगली बघून आण. तुझ्या चित्रात तू झाडं काढतोस तशी हिरवी. आता काढशील आणखी एक चित्र! हं... नुसती चळत लागलीय त्या चित्रांची. एके दिवशी मी त्या चित्रांना....''

त्यानं त्या क्षणी आईकडे पाहिलं. त्याच्या डोळ्यात अंगार फुलला होता. ती दृष्टी आईला नवी होती. आई गप्प बसली.

"मला काय!.... माणसानं आपल्या पोटापुरतं तरी कमवावं. एवढा मोठा झालाय, पण कमवायचं नाव नाही....'' आई पुटपुटली.

हे त्याला नवं नव्हतं. प्रत्येकाच्या डोळ्यात त्याच्याबद्दल तीच भावना होती. तो बाहेर पडला. एका हातात पिशवी, एका हातात रंगाचं साहित्य. तो

बाजारात पोहोचला. बाजारात टांगलेले कपडे, वस्तू, भांडी, फिरणारे लोक, स्त्रिया ह्यांत त्याला फारसं स्वारस्य नव्हतं.

तो भाजी घेत होता. समोरच्या शेंगांकडे त्याचं लक्ष गेलं. कसल्याशा हिरव्या, त्यावर गुलाबी झाक असलेल्या त्या शेंगा होत्या.

ती गुलाबी झाक हळूहळू गडद जांभळी होत संपत होती. एकीकडे हिरवा रंग आणि दुसरीकडे गुलाबी जांभळा.

तो त्या रंगसंगतीकडे पाहत राहिला.

"शेंगा हव्यात का?" विक्रेत्यानं विचारलं.

"हो, ह्या...." त्यानं त्या शेंगांकडे निर्देश करत म्हटलं.

"त्या जरड आहेत, म्हणून बाजूला काढल्यात. त्यापेक्षा ह्या हिरव्या शेंगा घ्या. ह्या कोवळ्या आहेत." विक्रेत्यानं बाजूच्या काळसर हिरव्या शेंगांकडे निर्देश करत म्हटलं.

"नाही. मला ह्याच शेंगा हव्यात." त्यानं आग्रहानं म्हटलं. त्यानं शेंग उकलली, आत पांढरट हिरवा आणि जांभळ्या रंगाचा दाणा! तो खूश झाला.

"मला काय! तुम्हांला जे हवं ते...." शेंगा विकणारा म्हणाला.

त्यानं त्याला हव्या त्या शेंगा घेतल्या. आता बाजारातून बाहेर पडून तो टेकडीवर पोहोचणार होता. तेवढ्यात त्याचं लक्ष लोहाराच्या भात्याकडे गेलं.

भाता चालू होता. भात्याच्या प्रत्येक फुंकरीसरशी विस्तव फुलून येत होता. दुसऱ्या क्षणी भाता मिटला की, विस्तव राखेनं सावळा होत होता. पुन्हा फुंकरीनं ज्वालेची रेष लवलवून वर जात होती. बारीक ठिणग्या तिथल्या तिथे तडतडत होत्या आणि ज्वालेच्या मर्मभागी निळी-गुलाबी ज्योत!

तो बसून ते पाहत होता.

"काय राव... काय पाहताय? विस्तवासारखा विस्तव!" लोहार त्याला चिडवत म्हणाला. गावातला प्रत्येक जण त्याला ओळखून होता.

लोहारानं शक्तिनिशी भाता दाबला. त्या हवेनं ज्वाला लवलवून वर आल्या. क्षणभर जणू त्यांनी हळुवार नृत्य केलं.

भट्टीतली लोखंडाची कांब लालभडक झाली. त्या तीव्र उष्णतेनं लोखंडाचे बारीक कण हालचाल करत होते.

"सुंदर!" तो उद्गारला.

"काय सुंदर? भाता, विस्तव की लोखंड?" लोहारानं हिणवत विचारलं.

तो गप्प बसला आणि तिथून उठला. टेकडीवर आपल्या नेहमीच्या ठिकाणी आला. तिथल्या झाडाच्या फांदीला त्यानं आपला कागद टांगला.

क्षणभर तो शांत बसला. आईच्या बोलण्यानं, घरातल्यांच्या वागण्यानं त्याचं

मन सैरभैर झालं होतं. तो ते मन सावरू पाहत होता.

त्यानं डोळे मिटले. हे गाव सतत पायाकडे बघणारं. एवढी संपन्नता ह्या गावात, पण सगळ्यांची दृष्टी आपापल्या परिसरातच अडकलेली. कुणीही वर दृष्टी करून आकाशाकडे पाहत नव्हतं. त्यांच्यातल्या कुणी उगवत्या सूर्याचं सोनेरी, पाण्याच्या तरंगासारखं हालचाल करणारं तेज अनुभवलं नव्हतं की झाडाच्या पानापानांत वास्तव्याला असणाऱ्या वाऱ्याचे झाडांसोबतचे खेळ पाहिले नव्हते. मान उंचावून पावसाचं पाणी चेहऱ्यावर, डोळ्यात, अंगावर घेताना आपण कसे जमिनीगत होऊन जातो, ह्याचा गंधही त्यांना नव्हता. फुलांचे सुगंध, पहिल्या पावसाचा गंध, नवजात बालकाचा गर्भगंध हे त्यांना कधी जाणवले नव्हते. एवढी त्यांनी आपली नाकं गहाण ठेवली होती. कापड तयार करताना मागाच्या खट-खट आवाजात हृदयही हळूहळू आपली गती मिसळतं, त्याचंही भान त्यांना नव्हतं. त्यांचं हे पायाकडे पाहत जगणं चेतनला आवडत नव्हतं. आकाशात संध्याकाळी अनेक रंगांची कमळं कशी फुलत जातात, हे तो पाहत राहायचा; थेंब झेलणाऱ्या पानांची लगबग बघायचा. जमिनीवर धारा पडतानाचा सर-सर आवाज आणि मध्येच पन्हाळीतल्या थेंबानं खाली उडी मारली की, होणारा 'डुबुक' आवाज तो ऐकत राहायचा. हे सगळं त्याच्या मनात जिरत जाऊन हातांच्या बोटात येऊन थबकायचं... रंगांची वाट पाहत!

या ओढाताणीत त्याचं मन हताश होऊन जायचं. तो अशा ठिकाणी उभा होता की, जिथे त्याचा जगाशी संपर्क तुटला होता; पण जग मात्र त्याच्याशी अपेक्षांचं कडवट नातं ठेवून होतं. एकीकडे जगाशी संपर्क तुटलेला आणि दुसरीकडे हव्या त्या स्वप्नाशी संपर्क जोडला जात नव्हता. तो त्रिशंकू अवस्थेत होता.

तो व्यवहारात रमत नव्हता. एक धट्टाकट्टा तरुण कुंचल्याचे फटकारे निरुद्देश मारतो आहे, ही जगाची त्याच्याबद्दलची भावना होती; पण त्याच्या डोळ्यातली वेदना मात्र कुणाला दिसत नव्हती. त्या वेदनांच्या काट्यांत अडकलेले जखमी सूर्य कुणाला दिसत नव्हते.

लोकांचं बोलणं ऐकून आपलं स्वप्न अस्थानी आहे की काय, असं त्याला वाटू लागलं होतं. ह्या लोकांना गप्प करायला आपण दिगंत कीर्ती मिळवायची, असं त्याला वाटायचं. मूळ स्वप्नाच्या जोडीला एका अतिरिक्त स्वप्नाची फांदी फुटू लागली होती.

स्वप्न त्याच्या मनात, शरीरात भिरभिरू लागलं होतं. ते आवेग त्याला सहन होत नव्हते.

त्या भरात त्याचा कुंचला कागदावर काही साकारू लागला होता.

"हे काय करतोस रे?" कुणाच्या आवाजानं तो भानावर आला. तो एक

बासरीवाला होता. बासरीवाला त्याच्याकडे निरखून पाहत होता आणि त्याच्या डोळ्यात निष्क्रियशी बसलेली स्वप्नांची फुलपाखरं त्याच्या लक्षात येत होती.

"तुझं नाव?" बासरीवाल्यानं विचारलं.

"चेतन."

"नाव चेतन आणि बसलास अचेतन! विनोदच आहे."

"पण तुम्ही कोण?" चेतननं चिडून विचारलं.

"मी ऽऽ... अं ऽऽ... मी बासरीवाला. फक्त एवढाच माझा परिचय. कारण ह्या बासरीखेरीज माझ्याही आयुष्यात दुसरं काही नाही. पण तू एवढा उदास का? एवढा निराश?"

"तुम्हाला कसं कळालं?"

"तुझ्या चित्रावरून. अरे, भोवताली एवढी हिरवीगार झाडं असताना तू हे वाळलेलं झाड का चितारलंस? त्याच्यावरचा करडा पाचोळा! तुझं मन तिथे तू पाचोळा पांघरून व्यक्त केलंस."

"तुम्हाला चित्रकलेतलं बरंच कळतं की!"

"कारण मला बासरीतलं खूपकाही कळतं. कला ही कलावंताच्या मनाची भाषा असते. त्यामुळे एक कलावंत दुसऱ्या कलावंताला जाणू शकतो."

चेतननं एक नि:श्वास सोडला.

"तुला कळालं, मी कलावंत आहे, पण हे जगाला नाही ना कळत. ते तोडून बोलणं, अपमान! मला तर कळतच नाही काय करावं?"

"हा प्रश्न तुला पडावा? तू बाकीच्यांसारखा नाहीस, हे लक्षात ठेव."

"तुला काय माहीत, मी कसा आहे ते!" चेतननं विचारलं.

"मला कळतं. कारण मी श्वासांना बासरीच्या छिद्रांतून काढून सूर बनवू शकतो. त्यातून संगीत निर्माण करू शकतो. असा माणूस तुला नाहीतर कुणाला ओळखणार? आपल्या नैसर्गिक शक्तीचं परिवर्तन दुसऱ्या असामान्य शक्तीत करणं फार अवघड काम आहे."

"पण हे जगाला कधी पटावं?"

"कसं आहे तुझं जग सांग पाहू?"

"माझं जग? ते जग माझं नाहीये. ते जग नुसतं शरीराशी निगडित गोष्टींत सामावलेलं आहे. त्यांचे डोळे स्वप्नच काय, पण निसर्ग पाहणंही विसरले आहेत. स्वप्नांशिवाय एक षंढ जीवन ते जगतात. त्यांच्या दृष्टीनं मुलं जन्माला घालणं म्हणजे पुरुषार्थ आणि तो पुरुषार्थही ते निखळपणे भोगत नाहीत. शृंगाररात्री संपल्यावर स्त्रीला दिवस गेले, तर कधीही 'हे माझं बीज' म्हणून त्यांची छाती फुललेली मी पाहिली नाही. 'परमेश्वराचं देणं' असं काहीबाही म्हणत, वंशपरंपरा

आपल्या रक्तात घेऊन येणाऱ्या बाळाची नाळ परमेश्वराला जोडून आपली स्वप्नं त्याच्या डोळ्यात भरण्याऐवजी परमेश्वराच्या भरवशावर त्याला सोडून देतात ही माणसं....'' चेतन चिडून बोलत होता.

''...ही माणसं गावात कुणी मृत्यू पावलं, तर त्याच्या चितेला अग्नी दिल्यावर व्यापारउदिमाच्या गप्पा मारतात किंवा गावातली लफडी चघळत बसतात. जळणारा माणूस बिचारा चितेवर एकटेपणात जळतो. ह्या लोकांना फक्त माझ्या स्वप्नांवर हसता येतं.''

त्या बासरीवाल्यानं त्याच्याकडे निरखून पाहत म्हटलं, ''स्वप्नं की इच्छा? नक्की काय?''

चेतननं प्रश्नार्थक मुद्रेनं त्याच्याकडे पाहिलं, ''इच्छा आणि स्वप्नं ह्यांत काय फरक असतो?''

''फार मोठा फरक असतो. इच्छा अगदी आपल्याशी निगडित असतात, आवाक्यातल्या असतात. डोळे उघडायची इच्छा झाली की आपण उघडतो; मिटायची इच्छा झाली की मिटतो. त्यांचा परीघ अगदी आपल्या हातालगत असतो; पण स्वप्नं मात्र आपल्या क्षमतेच्या कक्षेबाहेर उभी असतात. अधिक मोठ्या पातळीवर असतात. खरंतर इच्छाच कधीकधी वाढीला लागून, कक्षा ओलांडून स्वप्नांचं रूप धारण करतात.''

''इच्छा म्हणजेच स्वप्न, असं म्हणायचं का तुम्हाला?''

''थोडंफार तसंच. इच्छा जेव्हा स्वतःचा अधिक विस्तार करू लागतात, तेव्हा हळूहळू स्वप्नांचं रूप घेऊ लागतात. हे खेळ माणसाचं मनच करतं. इच्छा सहजसाध्य झाल्या की, मन त्या सहजसाध्यतेला कंटाळतं. इच्छेला मोठं रूप देतं. मग स्वतःच तिथपर्यंत पोचायचा प्रयत्न करतं; पण खूपदा साध्या इच्छेच्या विरोधात परिस्थिती उभी राहते, तेव्हाही इच्छेला स्वप्नाचं रूप मिळतं.''

''म्हणजे कसं?''

''जसं जेवण करणं ही इच्छा झाली; पण प्रचंड वाळवंटात अडकलेल्या माणसासाठी जेवण करणं, हे स्वप्न होऊन जातं. प्रेम मिळणं, ही एक सहज घटना आहे; पण अनाथ मुलाला आईवडलांचं प्रेम हे स्वप्नच वाटतं. मग तू नक्की काय अपेक्षा करतो आहेस? स्वप्न की इच्छा?''

चेतन उत्साहानं भारला.

''मी स्वप्न पाहतोय. कारण ते माझ्या कक्षेच्या बाहेर उभं आहे.''

''पण आहे काय तुझं स्वप्न?'' बासरीवाल्यानं चेतनला विचारलं.

''माझं स्वप्न...'' चेतन उत्तेजित होऊन म्हणाला, ''मला माझे रंग जिवंत झालेले हवेत. मी रंगवलेलं झाड, सूर्य हे कागदावर जिवंत व्हावं. मी हुबेहूब झाडं

काढतो, फुलं काढतो, वाऱ्यानं होणारी त्यांची हालचालही मी रंगात पकडतो; पण ते चित्र मी बागेत ठेवलं, तर एकही फुलपाखरू किंवा चिमणी तिथे फिरकली नाही. लोक म्हणतात, जिवंत पक्षी मृत रंगाकडे कसे येतील? पण रंग मृत असतात, हे मला पटत नाही. अर्थात पक्षी आणि फुलपाखरंही मला तेच सांगतात.''

''मी सांगितलं ना की, नैसर्गिक शक्तींना रूपांतरित करण्याचं काम फार अवघड असतं. अशा डोळ्यांवर पापण्या ओढलेल्या गावात ते कसं शक्य आहे? आणि एका ठिकाणी बसून राहणाऱ्याकडे स्वप्नं येत नसतात. स्वप्नांपर्यंत आपल्याला जावं लागतं. तो एका नदीपलीकडचा प्रवास आहे. ती एक अवघड, पण आनंददायी वाट असते... स्वप्नांचं रूपांतर सत्यात करणारी! एकदा ते झालं की, तू अशी कोमेजलेली झाडं चितारणार नाहीस. तुला स्वप्नांसाठी चैतन्यानं बहरलेल्या प्रदेशात जावं लागेल. तिथे अनेक शक्ती वावरत असतात, फुलत असतात, सळसळत असतात. तो प्रदेश शक्तींच्या हुंकारांनी व्याप्त आहे. स्वप्न केवळ मनाने पाहिलं जातं, असं तुला वाटत असेल, तर ते चूक आहे. स्वप्न पाहणाऱ्या माणसांची सर्व ज्ञानेंद्रियं, हात-पायदेखील स्वप्नं पाहतात. शरीर हे स्वप्न साकारण्याचं फार मोठं माध्यम आहे. जशी तुझी बोटं जादुई हालचाल करून चित्र काढतात.''

''हा प्रदेश कुठे आहे?'' चेतन.

''उत्तरेच्या दिशेनं काही अंतर गेल्यावर एक नदी आहे. ती ओलांडली की, आपल्या स्वप्नप्रदेशाची वाटचाल सुरू होते.''

त्याचं बोलणं ऐकून चेतन उल्हसित झाला. 'आपण कसे आहोत हे या माणसानं ओळखलं. त्याच्याजवळ निश्चितच काही शक्ती असणार.'

''तू असा बोलतोस, जसंकाही तुझ्याजवळ काही शक्ती आहेत.'' चेतन तरीही आडमुठ्यासारखा म्हणाला.

बासरीवाला नुसता हसला.

त्यानं बासरी ओठांशी आणली. डोळे मिटले. दीर्घ श्वास घेतला. जणू हवेतली चैतन्यशक्तीच त्यानं ओढून घेतली. फुंकर मारून त्यानं बोटांची हालचाल केली. मंत्रमुग्ध करणारे संथ सूर त्या बासरीतून निघाले. चेतन पाहत राहिला.

त्या संथ सुरांसरशी वारा वाहायचा थांबला. झाडं स्तब्ध होऊन सूर ऐकू लागली. बासरीवाल्याची बोटं बासरीवरून भरभर फिरू लागली. सूर नाचू-बागडू लागले. वारा वाहायला लागला, झाडं डुलू लागली.

''पाहिलंस!'' बासरीवाला म्हणाला.

''पण हे तुझ्या बासरीमुळेच घडलं कशावरून? वाऱ्याचं येणं-जाणं, झाडांचं हलणं-डुलणं, स्तब्ध होणं हे योगायोग असू शकतील.''

''मला माहीत होतं की, तू अविश्वासच दाखवशील. कारण विश्वास ठेवणं

अवघड असतं. विश्वास ठेवला की, एक सत्य स्वीकारून वृत्ती स्थिर होतात. हे स्थिरत्व स्वीकारणं माणसाला अवघड जात असतं. कारण माणूस अस्थिर वृत्तीच्या आधीन असतो. त्याचं मन फुलपाखरासारखं उडत असतं. खरंतर तू मनातून जाणतोस की, तुझा अविश्वास खरा नाही; पण तुला ते सामर्थ्य सिद्ध करून हवंय. तुझी ही चित्रं बघून मीही माझी शक्ती तुला दाखवतो. तुझा विश्वास बसावा म्हणून. तू स्वप्नांच्या वाटेनं जावंस म्हणून. हे बघ.''

बासरीवाल्यानं त्याच्या चित्रांकडे बघत काही सूर झेडले. पाहतापाहता ते कोमेजलेलं झाड टवटवीत झालं. चेतन पाहत राहिला.

''तू आधी शंका घेतल्यास, पण तुला माहीत होतं की, ते केवळ योगायोग नव्हते; पण कोणतंही सामर्थ्य चटकन कुणी मान्य करू शकत नाही. म्हणून प्रमाण द्यावं लागलं. अनेक गोष्टी सिद्ध करण्याची परिमाणं माणसाकडे नसतात. अशा वेळी अंत:करणाचा आधार घ्यावा लागतो.''

''खरंय. मी ते अंत:करणातून जाणलं होतं. जेव्हा तुम्ही माझ्यापाशी थांबलात आणि बोललात, तेव्हाच मी ते ओळखायला हवं होतं.''

''परमेश्वराचं देणं नेहमी अंत:करणानं घ्यावं लागतं आणि द्यावं लागतं. मुख्य म्हणजे परमेश्वराची हाक आपण ऐकली पाहिजे. हे सूर, हे रंग ह्यांतून परमेश्वर आपल्याला हाकारत असतो. त्या हाकारण्याला आपणच प्रतिसाद द्यायचा असतो.''

''पण हा प्रतिसाद कसा द्यायचा? मी तर काही पूजाअर्चा करत नाही.''

बासरीवाला हसला.

''पूजाअर्चा हे फार वरवरचं झालं. परमेश्वर एखाद्या क्षमतेच्या रूपानं आपल्यात वसत असतो. एवढ्या मोठ्या गावात तुला एकट्यालाच चित्रं का काढावीशी वाटतात? कारण तुझ्यात रंगरूपानं परमेश्वर आहे. तुझी चित्रं, माझे सूर ह्या त्याच्या पाऊलखुणा आहेत. पण नुसतं 'आहे' म्हणून चालत नाही. ह्या क्षमतेला फुलवावं लागतं. जे स्वप्न तू पाहतो आहेस ना, त्याच दिशेनं जा. स्वप्नं आपल्या पायांना, मनाला, जीवनाला गती देतात आणि ती गती सार्थक बिंदूशी थांबते, ते सत्य! स्वप्न सत्यात परिवर्तित होतं. आणखी स्पष्ट करतो. रबर असतं ना?''

''हो.''

''त्याला ताणलं की, आहे त्या अवस्थेहून ते अधिक लांब होतं. म्हणजे तेवढ्या लांबीची क्षमता त्यात लपलेली असते. आणि एक क्षण असा असतो की, त्या क्षणाच्या ताणानंतर रबर तुटतं. तो क्षण सत्याचा, पण आपल्या क्षमतेचा! प्रत्येकाला आपापल्या क्षमतेच्या बिंदूपाशी सत्य गवसतं; पण ह्यासाठी तू गतिमान हो. ह्या मुर्दाड गावात बसून, झुरून काही होणार नाही. हे लोक फक्त पैशांचे हिशोब जाणतात.''

चेतन आता विचारात पडला. त्याला त्याची आई आठवून गेली. 'निदान भाजी आणायचं तरी काम कर' म्हणणारी. 'हिणवणं म्हणजे ह्याहून अधिक काय असतं? जर आईच अशी हिणवते, तर इतर किती हिणवतात! जावं, खरंच जावं. हा म्हणतो त्या चैतन्यमयी प्रदेशात जावं.' त्याच्या मनाचा भाता आता सुरू झाला होता. उत्साहाच्या ठिणग्या उडत होत्या आणि निर्णय तावूनसुलाखून निघत होता. ते सर्व त्याच्या डोळ्यात स्पष्टपणे दिसत होतं.

"ह्या प्रवासासाठी मला एखादा चांगला मुहूर्त पाहावा लागेल?" त्यानं बासरीवाल्याला विचारलं.

"मुहूर्त! तू असं कोणतं भौतिक इच्छेचं काम करतो आहेस की, ज्यासाठी मुहूर्त पाहावा लागेल! हे आत्मिक काम आहे. ज्या क्षणी मनात इच्छा निर्माण झाली आणि आत्म्यानं हुंकार दिला, तो क्षण मुहूर्ताचा! तो क्षण साध."

"मला तर आत्ताच जावंसं वाटतंय." चेतन.

"मग नीघ. विचार मावळायच्या आधी नीघ. एकदा विचार मावळले की, ते पुन:पुन्हा उगवत नाहीत. ती सूर्याची क्षमता आपल्यात नसते."

"पण ती नदी?"

"तिची काळजी तू करू नकोस. नदी ही नेहमी ओलांडण्यासाठीच असते. फक्त चालण्यावर विश्वास ठेव. चालणं ऊर्जा निर्माण करतं. आणि सर्व शक्ती जागृत होतात; मदतीला धावून येतात. माझ्या बोलण्यावर विश्वास ठेव. कारण विश्वास ही ह्या प्रवासाची पहिली पायरी आहे. माझ्यावरचा विश्वास..."

"आणि माझे कपडे, जेवण, राहणं..." चेतननं काळजीनं विचारलं.

"आजवर हे सगळं असूनही तू समाधानी होतास का? नाही ना! मग कदाचित ते नसताना समाधानी होशील. दोन घास मिळणं अवघड नसतं. अंगावर एक लंगोटीही पुरते. अज्ञात प्रवासात झोकून दे स्वत:ला. तो प्रवास सगळंकाही देईल."

बोलता बोलता तो बासरीवाला उठला.

"अहो... पण तुम्ही कोठून आलात?"

चेतननं पाठमोऱ्या झालेल्या बासरीवाल्याला विचारलं.

"माझ्या आता ते लक्षात नाही. फक्त ही बासरी आणि मी!"

"पण तुम्ही लोकांना ही वाजवून दाखवावी. जे चमत्कार तुम्ही मला दाखवले, ते इतरांना दाखवावेत, असं तुम्हाला नाही वाटत?"

"लोक? सगळे लोक इथूनतिथून सारखे असतात. चमत्कार दाखवला, तर ते मला अनेक जड साधनांमध्ये बद्ध करतील. मी मुक्त राहू इच्छितो. जसे हे सूर निर्माण होऊन पुन्हा हवेत विरून जातात. पुन्हा मी हवेतून त्यांना शोधून काढतो.

ह्या सुरांखेरीज मला कशाचीही गरज वाटत नाही. मग का लोकांच्या नादी लागू? तुझ्यात चैतन्य दिसलं, म्हणून तुला ही गुपितं सांगितली. परमेश्वर काही निरांजनं तयार ठेवत असतो. आपण ज्योत पेटवायची असते एवढंच!''

''पण... अहो....'' चेतनला त्याला थांबवावंसं वाटत होतं.

तेवढ्यात बासरीवाल्यानं बासरी काढली. तो त्यातून सूर काढू लागला. घनगंभीर सूर! पक्षी, झाडं शांत झाली. चेतनही खिळून राहिला.

***

चेतन घरी पोहोचला, तर घरी काही वेगळंच त्याला पाहायला मिळालं. घरी दहा-पंधरा लोक उपस्थित होते. काही गावातले, काही परगावातले... अनोळखी. आणि त्याची आई.

चेतन आश्चर्यानं पाहत होता. त्याची आई त्याची चित्रं त्या लोकांना दाखवत होती.

''हा बघा सूर्यास्त! ढगांच्या रंगलेल्या कडा आणि हे जंगल पाहिलंत! केवढं घनदाट! त्यातून गेलेली ही पाऊलवाट. तुम्हाला सांगते, ही चित्रं माझ्या मुलाच्या बोटातून परमेश्वरानं तयार करवून घेतली आहेत.''

''हो खरंच! चित्रं अद्वितीय आहेत.'' नवखे लोक म्हणत होते.

''अहो, त्या चित्रांचा खरा गुण तर तुम्हाला माहीतच नाही.''

चेतन उत्सुकतेनं आई काय सांगते, ह्याकडे लक्ष ठेवून होता.

''ही चित्रं घरात लावली की, कोणतीही वाईट शक्ती नष्ट करतात. वाईट शक्ती ह्या चित्रातल्या जंगलाच्या चकव्यात तरी अडकते किंवा सूर्याच्या तेजात जळून तरी जाते. म्हणून ह्या चित्राचं मूल्य अधिक आहे.''

''आई...'' चेतन तिला थांबवायला पुढे झाला, पण त्याच्या मोठ्या भावानं त्याच्या तोंडावर हात ठेवला आणि त्याला मागे खेचलं.

''ही चित्रं लहान मुलांचं रक्षण करतात.'' आईच्या दंतकथा अधिकाधिक सुरस होत होत्या. त्याला आपल्या चित्रांची विटंबना थांबवावी, असं वाटत होतं, पण भावामुळे तेही जमत नव्हतं.

अखेर त्यातल्या काही चित्रांचा सौदा झाला. त्या चळतीची उंची बरीच कमी झाली. अनेक फुलपाखरं, हिरवेगार डोंगर, घनदाट जंगल, रम्य संध्याकाळ, पाण्यातली नाव असं बरंचकाही घेऊन ते निघून गेले.

आई पैसे मोजत होती.

''आई....'' तो घायाळ स्वरात उद्गारला.

"बाळा, केवढी कमाई करून दिली रे बाबा तुझ्या चित्रांनी! हे घे पैसे. आण रंग आणि काढ चित्रं.'' आई कधी नव्हे ते प्रेमानं म्हणत होती. चेतन तिच्याकडे रागानं पाहत होता.

"आई, माझी कला विकलीस?''

"तुला कमाईचा एक मार्ग दाखवून दिला. नाहीतरी ती चित्रं घरात पडूनच होती नि आज ना उद्या मी त्यांना जाळ....'' आई जीभ चावत गप्प बसली.

चेतन उबगला.

'चित्रं नाही, आपले श्वास, आपला आत्मा विकला त्यांनी आज!'

"आई, अगं माझी चित्रं म्हणजे काय चेटूक वाटली तुला की, घरातल्या वाईट शक्तीला ती नष्ट करतात?''

"म्हणावं लागतं असं. जास्त किंमत यावी, म्हणून म्हणावं लागलं. चित्रात तसला काही गुण नाही, हे मला माहीत आहे. नाहीतर तू कधीच मार्गी लागला असतास.''

"मार्गी लागणं म्हणजे काय वाटतं तुला?''

"म्हणजे चार पैसे कमवणं, लग्न करणं, घरात लक्ष घालणं...'' आई उत्तरली.

"हे काहीही मला जमणार नाही.''

"न जमू दे. तू आपला चित्रं काढ. तुझ्या चित्रांची किंमत लोक चांगली देतात.''

लोकांना आपल्या चित्रांची किंमत कळते, पण आईला कळू नये, ह्याचं चेतनला वैषम्य वाटलं. 'खरंच, ही सगळी पायाकडे बघणारी माणसं आहेत! त्याला आपले घरचे लोक तरी अपवाद कसे असणार! इथे राहण्यात खरोखरच अर्थ नाही. आपण बासरीवाल्यानं सांगितलेल्या स्वप्नांच्या मार्गाने जायलाच हवं!' त्याची इच्छाशक्ती दृढ झाली. एवढे दिवस शांत असणारी त्याची स्वप्नं पंख फडफडवून त्यातली ताकद आजमावू लागली. घरातल्यांच्या नकारामुळे इच्छाशक्तीला केवढं बळ मिळालं, हे तो अनुभवत होता. इतके दिवस तो चेतनाशून्य झाला होता, किंकर्तव्यमूढ झाला होता. स्वतःतली प्रतिभा तो ओळखून होता, पण तिला एका मोकळ्या, असीम प्रदेशात कसं न्यावं, हे त्याला कळत नव्हतं. त्याच्यातल्या मनस्वी कलावंताला त्या कलेचा बाजार मांडणं आणि तो बाजार यशस्वी करायला निरनिराळ्या क्लृप्त्या करणं मानवत नव्हतं. त्याच्यातला कलावंत दर क्षणी मरत होता आणि एक वेळ स्वतः मेलं तर चालेल, पण कलावंत जगला पाहिजे, असं त्याला वाटत होतं.

आईच्या आणि भावाच्या वागण्यानं त्याचे पाश एका क्षणात तुटले आणि तो मुक्त झाला.

तो निघाला.

"कुठे जातोस?" आईनं विचारलं.

"माहीत नाही."

"कधी येणार?"

"माहीत नाही."

आई आश्चर्यात पडली.

"अरे, आता कुठे तुझा जम बसायला लागलाय. तुझ्याकडून पैसा मिळायला लागलाय आणि अचानक तू असा...!"

तो कडवट हसला.

"ती बाकीचीही चित्र विक ना! मी ती इथेच सोडून जातो आहे. सोबत फक्त दोन कपडे आणि रंग घेऊन चाललो आहे." तो म्हणाला.

आईचं हृदय कुठंतरी हेलावलं. 'नाकर्ता म्हणून आपण त्याचा राग केला खरा, पण तो आपल्यापासून एवढा दूर झाला की, एका क्षणात त्यानं घराबाहेर पडण्याचा निर्णय घेतला.'

"आई, तो जातोय कुठे? येईल परत." भाऊ त्याच्याकडे 'काय चक्रम आहे' अशा अर्थानं पाहत म्हणाला.

"निदान देवाच्या तरी पाया पड."

आईनंही आपल्याकडून त्याला मुक्त केलं.

तो देवासमोर गेला. ती पितळी लखलखीत मूर्ती तो निरखून पाहत होता.

'किती सुबक मूर्ती आहे!' एवढंच त्याच्या मनाला जाणवून गेलं.

आणि तो खिळून जमिनीकडे पाहत राहिला. देवामागच्या झरोक्यातून झाडाच्या पानाची सावली सारवलेल्या जमिनीवर पडली होती. ते पान अगदी पंजासारखं, आशीर्वाद देण्याच्या आविर्भावात दिसत होतं.

आता मात्र त्यानं मनापासून त्या सावलीला हात जोडले आणि डोळे मिटले.

कानात बासरीचे सूर वाजू लागले, जे त्याला स्वप्नांच्या वाटेनं बोलावत होते; जिवंत रंगांच्या दिशेनं!

त्यानं उंबऱ्याबाहेर पाऊल ठेवून असीम विश्वात प्रवेश केला.

बासरीवाल्यानं सांगितलेल्या दिशेनं तो निघाला. त्यानं सांगितलेल्या खाणाखुणा गडद होत होत्या.

"तिथली झाडं हळूहळू उंच होत जातील. म्हणजे अगदी पाठीला डोकं लावून पाहावं लागेल एवढी उंच! त्यांचे रुंद, डेरेदार बुंधे, त्यांच्या पडलेल्या पानांची वर्दळ, बुध्यांना लगडलेल्या वेली आणि शेवाळ अशा जंगलातून त्या नदीपर्यंत पोचावं लागेल. त्या जंगलात हिरव्या रानाचा गंध भरून राहिला असेल आणि

अनेक अनोळख्या पक्ष्यांची गाणी तिथे ऐकायला मिळतील. रानातून वाहणाऱ्या झऱ्यांचा खळखळाट शांततेला साथ देत असेल; कुठेही तिच्या एकाग्रतेला भंग न करता. शांततेला शब्द, सूर असतात, ते तिथे कळतं. हे सर्व समुदाय तिथे एकत्रित, एकमेकांना सोबत करत, कोणालाही त्रास न देता नांदतात. तिथे पोहचल्या क्षणी हे तुझ्या आत्म्यापर्यंत झुळझुळत जाईल. तू जाणून घे ते फक्त. अशा वेळी आपली बाह्य पंचेंद्रियं कामाला येत नाहीत. प्रत्येक ज्ञानेंद्रियाचं एकेक आत्मिक इंद्रिय असतं. ते जागवावं लागतं.'' बासरीवाल्यानं सांगितलं होतं.

''म्हणजे कसं? मला नाही कळलं?'' त्याला खरंच कळलं नव्हतं.

बासरीवाल्यानं लगेच प्रत्यंतर दिलं होतं. त्यानं बासरीत हवा फुंकली.

एक सूर वेडावाकडा बाहेर पडला.

''ऐकलास हा सूर?''

''हो.''

''नुसत्या कानांनी ऐकलास; पण आता ऐक.'' त्यानं हळुवारपणे सुरावट काढली.

चेतननं डोळे मिटले.

''हं... तर हे आत्म्याचे कान असतात. असंच ओळखायला शीक. सतत आत्म्याचं भान ठेव. ती एक पवित्र ज्योत असते.''

आत्ताही ते बासरीवाल्याचं बोलणं त्याला आठवत होतं आणि पटत होतं.

ते घनदाट जंगल त्याच्या आत्म्यात उतरत होतं.

आणि तो थबकला.

समोरून वाहणारी शुभ्र फेनिल नदी; डोंगरकपारींतून उड्या घेत येत असलेली. समोरच्या एका सपाट किनाऱ्याजवळ नाव उभी होती.

तो नावेपाशी आला. त्यात आधीच तीन जण बसले होते. ''अरे बाबा, किती वेळ वेडावल्यासारखा पाहत राहणार? चल, ही नाव तुझी वाट पाहतेय.'' नावाडी म्हणाला. त्यानं नावाड्याकडे पाहिलं. साधासुधा चेहरा, पण विलक्षण डोळे! 'हे डोळे आपण कोठेतरी पाहिलेत.' हे त्याला जाणवलं.

आणि तेवढ्यात बाजूच्या वाटेनं काही गडबड ऐकू आली.

सगळ्यांनीच आश्चर्यानं वळून पाहिलं. पंचविशीची एक तरुणी निर्धारानं येत होती. तिच्या चेहऱ्यावरचा निश्चय, समज आणि करारीपण हे तिचं खरंखुरं सौंदर्य होतं. तिच्यासोबत तिची आई होती. आईची चेहरेपट्टी तीच, पण भाव मात्र अगदी वेगळे होते. अगतिकता, काळजी, स्त्रीच्या चेहऱ्यावर दिसणारे लीनतेचे भाव. दोघी दिसायला सारख्या दिसत असूनही एकसारख्या वाटत नव्हत्या.

''अगं, पण तू विचार कर. स्त्रीच्या जातीनं असं एकदम उठावं आणि

कुठल्यातरी प्रवासाला जावं, हे योग्य वाटतं का? तुझं लग्न होण्याचं वय....''

''आणि लग्न प्रत्येक जण करतं बेटा....'' तिचे वडील म्हणाले.

''जे प्रत्येकानं केलं, ते मी करणं आवश्यक आहे का? एका काटेकुटे भरलेल्या चाकोरीतून मीही का जावं?''

''कशावरून काटे भरलेली चाकोरी आहे ही?'' आईनं विचारलं.

''मी सगळ्यांची आयुष्य पाहिली आहेत. आई, काकू, आजी.... ज्यांना उंबरठ्याबाहेर सूर्यप्रकाश पाहायचीही मोकळीक नाही आणि सूर्यमंत्र म्हणायची अनुज्ञा नाही, अशांचं जीवन मी पाहिलंय. ह्या बायका जन्मतात, झिजत झिजत चार भिंतीत मरून जातात. मला ह्याहून वेगळं जीवन हवं आहे. आणि हे मी तुम्हाला या आधीही सांगितलं आहे. हे... हे जीवन मी नाही जगू शकत बाबा. माझ्या मनाला ते भिडत नाही.''

''मग तुला काय हवं आहे?'' आईनं विचारलं. ती क्षणभर थबकली.

''खरं सांगू आई, मलाच कळत नाही मला काय हवं ते. मी कधीही हे स्त्रीत्व आपलं मानलं नाही. खरंतर जाचक बंधनांपायी मी स्त्रीपणाचा तिरस्कारच करत आले. मला ह्यातून थोडं मुक्त होऊ दे, तर मला कळेल की, मला काय हवंय. आजवर मी जीवनात उपरीच राहिले आहे. मला हे जीवन 'व्यक्ती' म्हणून भिडू दे, तर माझ्या मनात त्या जीवनाबद्दल प्रेम जागेल आणि मग कळेल, मला काय हवं ते.'' तिच्या बोलण्यात अगतिकता होती.

''अगं, असा अनिश्चित प्रवास कुणी करतं का?'' तिचे वडील म्हणाले.

''बाबा, जीवनच अनिश्चित आहे, असं तुम्हीच म्हणता ना! मग जगणं सोडलंत का कधी?''

''तुझ्या ह्या अशा जाण्यानं समाज काय म्हणेल? समाजात आपलं नाव....'' वडील म्हणाले.

''समाज म्हणजे एक गाव. त्या गावातल्या काही लोकांना आपलं माहीत असलेलं नाव. ही माणसंही जे वाटतं, ते मनात दाबून टाकतात; इच्छा मारतात. अगदी भ्रूणहत्या केल्यासारख्या! मी त्या काही लोकांचा विचार करून माझ्या आत्म्याशी प्रतारणा नाही करू शकत. हे स्त्रीत्व मला तुमच्या त्या तत्त्वज्ञानाप्रमाणे केवळ एक वस्त्र वाटतं. कदाचित ह्या प्रवासात मला काही अर्थ कळतील.''

''म्हणजे तू आमचं अगदीच ऐकणार नाहीस तर!'' आई-वडिलांचे स्वर अगतिक झाले होते.

तिचे डोळे भरून आले.

''माफ करा आईबाबा, पण मला अर्थपूर्ण जगायचंय.''

''असं काय वेगळं जगणार आहेस तू?'' आईनं काहीसं चिडून विचारलं.

“वेगळं, कदाचित काहीच नसेल, पण जे जगतेय, ते मनाला भिडलं पाहिजे. म्हणून आयुष्याचा अर्थही कळला पाहिजे. आत्ताचं आयुष्य माझ्यावर लादलेलं आहे, पण मला ते लादलं न जाता स्वीकारायला आवडेल.” सगळेच गप्प बसले. नावाड्याच्या चेहऱ्यावर एक स्मितरेषा उमटली.

“मला काही खूप मोठं शोधायचंय. फार मोठं काही हवंय, असंही नाही, पण जे माझं आहे, त्याचा पूर्ण अर्थ मला कळायला हवा. लहानशी घटना असेल, कुणी नव्यानं ओळख झालेली व्यक्ती असेल, पण ती माझ्या आत्म्यातून मला गवसायला हवी. मी साधीसुधी आहे. काही फार मोठा ठेवा परमेश्वरानं मजजवळ दिला नाही. पायांना काठ्या लावून शरीराची उंची वाढत नाही, हे मी जाणते. ते साधंसुधंपण माझ्याशी ओळख करून राहिलं, तर त्याचं साधंपण संपेल. ते साधंपणच माझ्यासाठी मौल्यवान होईल. आपल्या घरी वाचल्या जाणाऱ्या पोथ्यांमधले विचार माझ्या कानावरून गेले आहेत. प्रत्येक संतानं, विचारवंतानं स्वतःचा शोध घेतला आहे. तो शोध त्यांना खूपकाही भौतिक असं देऊन गेला नाही, पण आत्मसंपन्न करून गेला. मला त्यातले काही कण मिळाले, तर वेचायचे आहेत.”

“अगं, त्या संतमहात्म्यांची वयं....”

“शोधाला आणि जाणिवेला वय नसतं. कारण हे ज्या आत्म्यापर्यंत पोचतं, तो आत्मा वयातीत आहे.”

तिचे आई-वडील आश्चर्यचकित आले.

“जा पोरी, घे शोध. फक्त तू स्त्री आहेस, ह्याची काळजी वाटते.”

“मी ते स्त्रीपण बाजूला ठेवलंय.”

ती त्यांच्या पायाशी वाकली. दोघांनी आशीर्वाद दिले.

“बरं वाटलं, तुम्ही आनंदानं मला आशीर्वाद दिला ते. आपल्या जन्मदात्यांशी बंड करून शोधायला निघाले, अशी टोचणी राहणार नाही.”

तिनं निरोप घेतला आणि नावेत पाय ठेवला.

नाव किंचित हिंदकळली. तिचाही तोल गेला.

नावाड्यानं पुढे केलेला हात तिनं पटकन पकडला.

“अगं!” आई काळजीनं उद्गारली.

‘घाबरू नकोस, मी सावरले’ अशा अर्थाचं ती हसली.

“ये. अशी मध्ये बस, म्हणजे पाणी उडणार नाही.”

“उडलं तरी हरकत नाही. मी त्यामुळे एखाद्या स्त्रीसारखी नाराज होणार नाही.” ती.

चेतन मात्र राहून राहून नावाड्याच्या डोळ्यांकडे पाहत होता. आणि त्याला जाणवलं, ‘ह्याचे डोळे बासरीवाल्याच्या डोळ्यांसारखे आहेत. मनात खोलवर

जाणारे!'

'वा! आज सगळ्या आत्मवान माणसांनी प्रवासाचा मुहूर्त गाठलेला दिसतोय.'

"आता चलावं का आपण?" एकानं विचारलं.

"नाही. आणखी एक स्त्री येणार आहे." नावाडी.

"स्त्री असली तर असो, पण तिनं उशीर का करावा?" ती ठसक्यात म्हणाली.

"धारिणी, ती स्त्री आहे, म्हणून आपण थांबायला हवं, असा माझा उद्देश नव्हता, पण तिचाही हा प्रवास ठरलेला आहे. तसं मला सांगितलं गेलंय." नावाडी.

पण मध्येच त्याला थांबवत धारिणीनं विचारलं, "तुला माझं नाव कसं ठाऊक?"

"काही आत्मवान लोकांच्या चेहऱ्यावरच त्यांची नावं लिहिलेली असतात. आणि तुझं नाव धारिणी नसतं, तरी मी तुला धारिणीच म्हटलं असतं."

आता चेतनलाही गप्प बसवेना.

"आम्ही येणार, हे तुला कुणी सांगितलं?"

"काल पहाटे मी झोपलो होतो आणि तेव्हाच माझ्या कानावर शब्द आले की, तू नदी पार करून सहा जणांना न्यायचं आहेस आणि त्यानंतर त्यांचा वाटाड्या होऊन त्यांना चैतन्य प्रदेशापर्यंत नेऊन सोडायचं आहेस. त्याचा योग्य मोबदलाही दिला जाणार आहे."

"पण ती व्यक्ती कोण होती?"

"ते मी पाहिलं नाही."

" मग तू विश्वास कसा ठेवलास?"

"जसं आत्मवान लोकांच्या चेहऱ्यावर त्यांचं नाव लिहिलेलं असतं, तसा त्यांच्या स्वरात प्रामाणिकपणा, अभिवचन झळकत होतं. त्यानं सकाळच्या सूर्यकिरणांची शपथ मला घातली होती. आणि मी जेव्हा दार उघडलं, तेव्हा तो निघून गेला होता, पण त्याच्या पाऊलखुणांना ऊन बिलगून बसलं होतं. ती सोनपावलं दिसत होती."

"तेवढं तुला ह्या प्रवासासाठी निघायला पुरेसं वाटलं?" एकानं विचारलं.

"तू त्या पाऊलखुणा पाहिल्या असत्यास, तर तुला कळलं असतं."

"तुला बरंच कळतं, साधा नावाडी असून!"

"हं... साधा नावाडी! नावाडी कधी साधा नसतो राजा. खूपदा पाणी शांत दिसतं, पण पाण्याखाली प्रवाह वाहत असतात. खूपदा खोल पाणी अचानक उथळ होतं. खूपदा पाण्यातली जीव घेणारी सळसळ... हे सगळं जाणायला जिवाचा कान करावा लागतो आणि नाव वल्हवावी लागते. एकदा जिवाचा कान केला की,

कुणीही साधं राहत नाही. हळूहळू अंत:करणाची भाषा ऐकू येऊ लागते; पण मला ह्याहून पुढे जायचं आहे. अर्थात पुढे म्हणजे कुठे, नक्की काय हवं, हे मी जाणत नाही. कळेल कधीतरी. निश्चित. माझ्या दाराशी सोनपावलं येऊन ठेपताहेत, तर कधी माझ्या अंत:करणातही ती येतीलच.''

''हं... आणि तुम्ही कोठे जाणार आहात?''

त्यानं उत्सुकतेनं बाजूच्या व्यक्तीला विचारलं.

''मला परीस हवा आहे.'' तो ठामपणे म्हणाला.

''हा पहिला आहे, ज्यानं काही भौतिक इच्छा व्यक्त केली.'' चेतन.

''भौतिक इच्छा साधारण असतात का?'' त्यानं भुवई वर करत विचारलं. ''हे बघा, तुम्ही कोणत्याही इच्छा व्यक्त करा. मग ती कीर्तीची असो किंवा आणखी कोणत्याही गुणाची असो; पण शेवटी ती ह्या शरीराशी निगडित असते. आपली ओळख शेवटी ह्या शरीरानं असते. अभौतिक इच्छा, भौतिक शरीर; पण म्हणून भौतिक इच्छांना गौण समजायचं कारण नाही. शेवटी तुमची ओळख करून देताना तुम्ही आत्म्याची, मनाची ओळख करून देत नाही. कारण ते ओळख करून देण्यापलीकडचं आहे. ओळख करून दिली जाते, ती ह्या बाहेर असलेल्या तीन हात देहाची. कोणतीही इच्छा साकारण्याचं माध्यमही शरीर असतं आणि हे माझ्यासारख्या निष्कांचन व्यक्तीखेरीज कुणाला कळणार?''

''मघापासून तुम्ही...'' तो नावाड्याकडे पाहत म्हणाला.

''तुम्ही सर्वांची नावं ओळखता आहात, पण माझ्यासारख्या निष्कांचन व्यक्तीचं नाव कांचन असावं, हा एक विरोधाभासच आहे ना?''

''हो. नावं विरोधाभासीही असतात. जे आपल्या जवळ नसतं, त्याचीच इच्छा आपल्या तनामनाला वेढून असते. त्यालाच मन साद घालतं. हा चेतन चैतन्याच्या शोधात निघाला आहे! हे विरोधाभासच आपल्याला चालण्याचं बळ देतात.'' त्याचं बोलणं कांचनला पटलं.

कांचन घरातलं दारिद्र्य आठवून अस्वस्थ झाला. त्या दारिद्र्याला तसं पाहिलं तर काही कारण नव्हतं. घरातल्या व्यक्तींचे कष्ट होते, संस्कार होते, सामंजस्य होतं, दारिद्र्य दूर करण्यासाठी प्रत्येक जण आपापल्या परीनं प्रयत्न करत होता; पण अपयश हात धुऊन मागे लागलं होतं. कोणत्याही धंद्यात घातलेला हात चिखलानं बरबटल्यासारखा बाहेर यायचा आणि घर अधिकच दलदलीत जायचं. काही कारण न कळून 'कुणी तरी करणी केली' म्हणून आई तळमळायची. रात्री भुकेजल्या जायच्या. भावंडांना झोप लवकर लागायची नाही. थंडीत कुडकुडत असताना त्यांना उन्हाळ्याच्या गरम झळांची आठवण यायची आणि उन्हाळ्याच्या झळा सहन करताना हिवाळ्याच्या गार हवेची आठवण यायची. नशिबानं त्यांना

एक ऋतूही एकसंधपणे जाणवू दिला नव्हता, असे ते जाणिवांच्या प्रदेशांत वाटले गेले होते. आठवणींच्या पळवाटा शोधत वास्तवाला हुलकावण्याचा असफल प्रयत्न करत होते. मोठं वडाचं झाड सावली धरून असावं, पारंब्या रोवून असावं; तसं दारिद्र्य त्यांच्या घरावर आपली अभद्र छाया रोवून होतं.

"गेल्या महिन्यात माझी लहान बहीण उपासमारीनं गेली." कांचननं तळव्यात आपला चेहरा लपवला. तो गदगदत होता. "तिच्या मरण्याचं कारण केवळ भूक होतं. केवळ भूक! मग मी ठरवलं, आता काहीतरी केलं पाहिजे. तेव्हा एका लहानशा मुलीनं मला मोठेपणाच्या आविर्भावात परिसाबद्दल सांगितलं. तिच्या निष्पाप निर्व्याज चेहऱ्यातून बहुतेक गंभीरपणे नियतीच बोलली असावी. तिनं मला दिशाही सांगितली, तेव्हा मला खात्री पटली. पुढच्या क्षणी ती ते बोललेलं सगळं विसरून गेली आणि आकाशातल्या ढगांच्या आकारात हत्ती, ससा शोधू लागली; पण मी ते शब्द गांभीर्याने घेतले. खरंच मिळेल का हो मला परीस? मी एकदा सहज माझ्या आईला विचारलं, 'तुझी तीव्र इच्छा काय आहे?' तेव्हा ती काय म्हणाली माहिती आहे? ती म्हणाली 'मला एकदा पोटभर ताटभरून जेवायचंय.' फक्त एवढीशी इच्छा असू शकते?" कांचनच्या पाणावल्या डोळ्यांकडे नावाडी पाहत होता. त्यानं त्याच्या पाठीवर हात ठेवला.

"तू एवढ्या तीव्र इच्छेनं निघाला आहेस ना, मग नक्की तुला हवं ते मिळेल." उरलेले तिघेही मनापासून उद्गारले.

"आपली इच्छाशक्ती हे आपलं फार मोठं सामर्थ्य असतं. ती इच्छा आपल्या शरीरातल्या पेशीपेशीला गती देते आणि ते पेशीपेशींचं एकत्रित सामर्थ्य एकट्या शरीराच्यापेक्षा कितीतरी पटीनं मोठं असतं. आश्चर्य वाटण्याइतकं!" नावाडी म्हणाला.

"बघू या काय होतं ते. माझी इच्छा प्रबळ आहे की माझ्यावर टपून बसलेली नियती. मी दारिद्र्य सहन करत होतो. गरजा कमी करणं मला जमत होतं. उपाशी राहिल्यानं माणूस मरत नाही, हेदेखील मी जाणत होतो; पण नियती माझी परीक्षा घेत होती. माझ्यापुढे भिक्षापात्र घेऊन उभी होती. उदारपणे ते भिक्षापात्र मला देऊ पाहत होती, पण ते भिक्षापात्र घेऊन त्यात माझा स्वाभिमान-लाचारी टाकायला मी तयार नव्हतो. कारण मी एकटा नव्हतो. माझ्यापुढे माझी आई, भावंडं होती. नियतीची पावलं त्यांच्या आयुष्यावर क्रूरतेनं पडताना मी अधिक काळ पाहू शकत नव्हतो. मी माझ्यात समाधानी असलो, तरी नियती आई आणि भावंडांच्या आडून मला शह देऊ पाहत होती. मी दुबळा पडू लागलो होतो, पण मी हार मानणाऱ्यांपैकी नाही, हे नियतीला तरी कुठे माहीत होतं! त्या लोकांना सुखात ठेवायला, वैभव मिळवायला मी हा प्रवास सुरू केला."

"आणि धारिणी, तू एक स्त्री असूनही?"

धारिणीचं नाक किंचित फुललं.

"तुम्ही मला स्त्री समजता, म्हणून स्त्री असेन कदाचित, पण स्वतःला मी व्यक्ती समजते. आत्मा, मन, इच्छा, स्वप्नं असलेली व्यक्ती. एका फार मोठ्या पुरुषानंच म्हटलं आहे ना की, देह हे आत्म्यावरचं वस्त्र आहे?"

"तुझं स्वप्न काय? इथे प्रत्येक जण स्वप्नासाठी प्रवासाला निघाला आहे."

"मी प्रवासाला का निघाले, ह्याचं कारण मला माहीत नाही. कदाचित काही शोधायला, उत्सुकतेपोटी!"

"म्हणजे इच्छा निश्चित माहिती नसताना तू प्रवासाला निघालीस."

"हो. गरजा असतात, म्हणून इच्छा निर्माण होतात. गरजा बदलल्या की, इच्छाही बदलतात. त्यामुळे कोणत्याही इच्छा कायमस्वरूपी असत नाहीत. स्वप्नांचंही कदाचित तसंच असेल. मुळात 'स्वप्न' म्हणजे काय? एक अशक्यप्राय तरीही आपले हात कदाचित पोचू शकतील, अशी मोठी इच्छाच! एक स्वप्न मिळवलं की, ते कदाचित दुसऱ्या स्वप्नात रूपांतरितही होत असेल. पुन्हा नव्या तृषार्त मनःस्थितीत माणूस चालू लागत असेल." धारिणी बोलता बोलता थोडी भानावर आली.

"लहान तोंडी मोठा घास घेतेय का मी? पण एका फार मोठ्या कुटुंबात मी वाढले. प्रेम मिळालं, पण त्या प्रेमापोटी अशा कुटुंबात आपल्या इच्छांना किती मारावं लागतं, हे थोडंफार अनुभवलं आणि घरातल्या बायकांचं आयुष्य पाहिलं. मी घरातली मुलगी. पण माझी पणजी, आजी, आई ह्या घरातल्या सुना. घराच्या चौकटीच्या आत कायमस्वरूपी चिकटवून टाकलेल्या. त्या जणू निसर्गातून जन्मल्याच नाहीत एवढ्या सूर्यप्रकाशाला, वाऱ्याला, झाडाझुडुपांच्या बागांना मुकलेल्या.

"लग्न होईपर्यंत होणाऱ्या नवऱ्याला आपण आवडावं, म्हणून अनेक प्रकारे शृंगार करणारी स्त्री लग्नानंतर त्या व्यक्तीच्या घरात स्वतःचं 'दिसणं' विसरून राबत राहते. आधीच्या चंदनाच्या उटीचे दरवळ जाऊन धुराचा वास अंगाला लगटून राहतो. माझ्या आईची ओळख म्हणजे जणू हा धुरांचा वासच लहानपणापासून माझ्या मनात बिंबला आहे. लग्नाचा एक उंबरठा एवढं बदलून टाकतो! माझ्या आईला मी जात्यावर गाताना ऐकलं. मला आश्चर्य वाटलं. एवढे कष्ट करतानाही ही गाऊ कशी शकते? पण कान देऊन ऐकलं, तेव्हा लक्षात आलं की, दुःखांना सुरात गुंफून ती सोसवतील अशी करत होती. तिची आजेसासू, सासू हीच गाणी म्हणत होत्या. आता तिच्या सुनेच्या ओटीत ती स्वतःची उत्तराधिकारी म्हणून हेच प्राक्तन टाकेल. हीच गाणी. मला त्या गाण्यांना आनंदाचे शब्द द्यायचे आहेत. देह जर वस्त्र असेल, तर स्त्रीच्या अस्तित्वाचा अर्थ मला शोधायचा आहे. तो अर्थच माझं स्वप्न असेल." धारिणी उत्कटपणे बोलत होती.

तिचं बोलणं सगळेच मन लावून ऐकत होते.

नावाडी हसला.

"हुशार आहेस तू! खरंतर तुला तुझ्या अस्तित्वाचाच शोध घ्यायचा आहे. प्रवास करताना हळूहळू अर्थ कळत जातात."

आता बाकीच्यांना कंटाळा आला होता.

"किती वेळ वाट पाहायची तिची?"

"ती येईपर्यंत. मला सहा जणांना न्यायची जबाबदारी सोपवली आहे."

"मग आम्ही चार, ती येणारी पाचवी आणि सहावी व्यक्ती कोण आहे?"

"हो नं. ते मलाही कळालं नाहीये. त्यानं जी नावं सांगितली, ती फक्त पाच जणांची. मी काही विचारायच्या आत तो निघून गेला."

"कदाचित त्यानं चुकून पाचऐवजी सहा म्हटलं असेल."

"असेल तसंच."

तेवढ्यात ती घाईघाईनं आली. वेगानं चालण्यामुळे ती धपापत होती. तिच्या अंगावरचे कपडे थोडे अस्ताव्यस्त झाले होते. तिच्या हातावर अर्धीच मेंदी काढली होती.

"अगं बाई, पोचले एकदाची! मी वेळेत पोचते की नाही, ही काळजीच होती."

"हं, तुझी काळजी सार्थ होती. कारण तू वेळेत पोचलेली नाहीस. आम्ही कधीचे थांबलोय तुझ्यासाठी!"

चेतनचे ते शब्द मनाला फारसे लावून न घेता ती हसली.

"क्षमा करा हं! पण ती माझी सखी...."

"सखी? म्हणजे तू काय पार्वती?"

"नाही हो, माझ्या मैत्रिणीचं नाव सखी आहे. आणि गंमत म्हणजे..."

"तुझंही नाव सखीच आहे, हो ना?" नावाडी म्हणाला.

"अय्या! हो! तुम्हाला कसं कळलं?"

"वाऱ्यानं येऊन सांगितलं."

"अगं बाई, हो? तर मी निघतानाच सखी म्हणाली की, मी आठवण म्हणून तुझ्या हातावर मेंदी काढते. प्रवासात माझी आठवण सतत यावी म्हणून. मी म्हटलं 'उशीर होतोय.' पण ती अडूनच बसली. मग पाहा नं. मेंदीभरले हात घेऊनच निघाले मी. तिचं फार प्रेम आहे हो माझ्यावर! मी तिचं मन नाही मोडू शकले, पण तुम्ही खरंच चांगले लोक आहात. थांबलात माझ्यासाठी. पण आपण उशीर का करतो आहोत? चला, निघू या ना पटकन."

"तुला सोडवायला कुणी आलं नाही?" नावाड्यानं विचारलं.

"अहो, मी गंमत केली. आई-बाबा मला खूपच लहान समजतात. मला कुठे जाऊ देत नाहीत. म्हणून मी चिठ्ठी लिहिली आणि निघून आले.''

"अगं, ते किती काळजी करतील!'' धारिणी.

"मी लहानपणापासून असंच करत आलेय. न सांगता निघून जायचे. मग आईबाबा शोधायचे. आई रडायची.''

"पण आता तू मोठी झाली आहेस, म्हणून ते जास्तच काळजी करतील ना!''

"त्यांना आता सवय झालीये.'' ती पाण्यातून हात फिरवत सहजपणे म्हणाली.

सगळ्यांनी एकमेकांकडे पाहिलं.

"मला माझ्या मनासारखं वागायला खूप आवडतं. आधी मी बागेत पळायचे, झोका खेळायचे, पण आजकाल... आजकाल मला ते आवडेनासं झालंय. मला काहीतरी वेगळं करावंसं वाटतं, पण काय ते कळत नाही. म्हणजे कसं सांगू... आधी मी झाडाच्या फांदीवर चढायचे, फुलं-फळं तोडायचे, पण आता मला झाडाला कवेत घ्यावं वाटतं.'' तिनं आपलेच हात स्वत:शी कवटाळून घेतले. डोळे मिटून ती झुलली.

कांचन आणि चेतनला अचानकच श्वास अडकून ठसका लागला. धारिणीनं 'आता कसं समजवावं हिला' म्हणत मानेला झटका दिला. नावाडी मंदसा हसला. तिच्या त्या भावनेला कुरवाळल्यागत!

"तुझं वय बदलतंय ना, म्हणून तुझ्या आवडी बदलताहेत.'' नावाडी.

"पण मी तर तीच आहे ना!'' सखी.

"कुठे ती आहेस? लहानपणची तू आठव. आताची तू बघ!''

"लहानपणची मी मला आठवतच नाही. लहानपणची 'मी' आठवायला गेलं की अंगण, सागरगोटे, झाडं ,फांद्या, कच्चा कैऱ्या असंच काही आठवतं.''

"हं. असं सगळ्यांचं होतं. लहानपण वस्तुमात्रात विरघळलेलं असतं. हळूहळू मोठं होता होता ते 'स्व'शी एकत्र येऊ लागतं.''

"आणि बरं का...'' बोलता बोलता सखी विचारात पडली. "मी तुम्हाला काय हाक मारू हो? तुम्ही वयानं लहान आहात, पण डोळ्यात माझ्या बाबांसारखे वाटता. ना दादा म्हणता येत ना बाबा!''

"सखी, जन्मल्या क्षणी काळाच्या चक्रात आपलं शरीर अडकतं. त्या काळगतीचं वयही शरीर स्वीकारतं, पण मन मात्र कालगतीत अडकत नाही. ते लहानपण आणि म्हातारपण ह्या चरम अवस्थांमध्ये केव्हाही प्रवास करतं. म्हणून माणूस एकाच वेळी अनेक वयं जगतो. आणि ह्या पलीकडे उभं असलेलं निर्विकल्प आत्मिक वय! तुझ्या-माझ्या आकलनापलीकडे असलेलं!''

सखी त्याच्याकडे अनभिज्ञपणे पाहत होती.

“हे जे तुम्ही बोललात, त्याला काय म्हणायचं?” तिनं निरागसपणे विचारलं.

आता मात्र सगळेच हसले.

“काही नाही म्हणायचं. फक्त तू मला दादा किंवा बाबा न म्हणता माझ्या नावाने म्हणजे ‘अभिमन्यू’ अशी हाक मारायची. ठीक आहे?”

“कसलं ठीक आहे हो! तो एक अभिमन्यू चक्रव्यूहात अडकला होता. तुम्ही आम्हाला तसं अडकवू नका. नदीपलीकडे पोचवा म्हणजे झालं!” सखी म्हणाली.

“बरं बाई, तुला मी पलीकडे सोडवीन आणि वाटल्यास मी तुम्हा सगळ्यांच्या वाटांमध्ये अडकेन. पण बेटा, तू मात्र नियतीच्या पकडीत अडकू नकोस.” वाटाड्या अचानकच भावनाविवश होत म्हणाला.

“तू मला काही सांगत होतीस.” नावाडी.

“मी? काय की बाई! आता नाही आठवत. फारसं महत्त्वाचं नसावं.”

“आल्यापासून ही महत्त्वाचं काय बोलली, ह्याचाही विचारच करावा लागेल.” धारिणी पुटपुटली.

ऐकणारा ऐकण्यापेक्षा तिचे विभ्रमच अधिक पाहत होता.

‘आता ह्या मुलीला कसला शोध असेल!’ असा प्रश्नही सगळ्यांच्या मनात आला.

“चला, निघू या आता.”

“तो सहावा? पण आता वेळ निघून गेली. आपण निघायला हवं.”

नावेला प्रणाम करून सगळे चढले. नावाड्यानं मात्र प्रणाम केला नाही.

“तुम्ही नाही नावेला प्रणाम करत?”

“नाही. ती आणि मी, आमचं एवढं सायुज्य आहे की, उपचाराची गरज उरत नाही. आयुष्यात एक तरी व्यक्ती किंवा स्थान असं हवं. माझ्या आयुष्यात सर्व नाती आली. पण दुर्दैव असं की, सर्व जण उपचारात बांधले होते. पत्नीसुद्धा ‘नको’ म्हटलं, तरी रोज उठून पाया पडायची.”

“पडेल नाही तर काय! इतकं अवघड, न समजणारं बोलता!” सखी बोलली.

नावाड्यासह सर्वांनाच हसू फुटलं.

“आता ही नावच माझी सहचरी. चला!” तो नावेला उद्देशून म्हणाला आणि त्याने हातातलं वल्हं किनाऱ्याला दाबलं. नाव पाण्यात ढकलली गेली. तो सहजपणे नाव वल्हवत होता.

“तुम्ही लोकांनी का प्रणाम केला नावेला?” नावाड्यानं विचारलं

“हे ओढाळ पाणी, वर-खाली असणारा अदृश्य तळ... आम्हाला नीट पोचव म्हणून.” एकानं उत्तर दिलं. बाकीच्यांनी मान हलवली. धारिणी मात्र किंचित उपहासानं हसली.

“का गं? तू का हसलीस?”

“असे घाबरून केलेले नमस्कार खरे नसतात.” धारिणी म्हणाली.

“मग तूही तर केलास नमस्कार.” कांचन म्हणाला.

“हो. जो प्रवाह आपण पार करू शकत नाही, तो प्रवाह ती पार करून देते, म्हणून कृतज्ञतेनं नमस्कार केला.”

“हं. तू माझ्या जवळपास येऊन विचार करणारी आहेस.”

सखीचं मात्र बोलण्याकडे लक्ष नव्हतं. ती पाण्यात हात घालून पाणी उडवत होती. मध्येच तीरांवरच्या झाडाकडे पाहत होती. फुलपाखरं, पक्षी, मध्येच आपला हात... तिचं मन भिरभिरत होतं.

“अय्या! आपण त्या किनाऱ्यावरून आलो नाही?” तिनं नाव निघाली होती, तिकडे निर्देश करत विचारलं.

“हो.” नावाडी.

“तिथल्यापेक्षा इथून किनारा किती वेगळा वाटतो नाही?”

“हो. कोणत्याही वस्तूचं खरं स्वरूप पाहायचं असलं, तर थोडं अंतर ठेवून वस्तूकडे पाहावं लागतं. अगदी जीवनाकडेसुद्धा अंतरावरून पाहिलं, तरच जीवन लक्षात येतं.”

“अं? तुम्ही लोक फारंच दुर्बोध बोलता हं. तुम्हाला साधं बोलताच येत नाही का हो? आणि सगळा प्रवास असा दुर्बोध विचार ऐकण्यात घालवायचा म्हणजे अवघडच आहे.”

“पण तू का आलीस प्रवासाला?”

“मला एकांनी सांगितलं होतं की, प्रवासात खूप गंमत येत असते. म्हणून निघाले मी.”

“ते गमतीचे प्रवास वेगळे असतात. हा प्रवास तसा नाही.”

ती हसली. “गंमत आपल्या मनात दडलेली असते. आता तुमचं बोलणं सोडलं, तर इथे सगळं गंमतशीर आहे. ती झाडं, पाण्याचा प्रवाह, पक्षांची भांडणं, किलबिलाट... इतकंच काय, पण नावेत पाऊल ठेवल्याबरोबर नावेनं मला घाबरवण्यासाठी जो हेलकावा घेतला ना, तो पण गंमतशीरच होता. मन असं लकलकायला हवं.”

“तुला घाबरवायला नावेनं हेलकावा दिला होय! मला माहीतच नव्हतं. मला वाटलं, तू चढल्यावर वजनानं नाव हेलकावली.” नावाड्यानं गंभीरपणाचा आव आणून म्हटलं. बाकीच्यांच्या चेहऱ्यावर स्मित उमटलं. ही पोरगी आपलं मन रमवणार, हे त्यांना कळून चुकलं.

नावाडी कधी प्रवाहावर नाव सोडून देत होता, तर कधी हातातली लांब काठी

तळाशी दाबून नावेला विशिष्ट दिशा देत होता.

"इथून थोड्या अंतरावर मोठा धबधबा आहे. नावेचं नियंत्रण थोडं जरी सुटलं, तर सगळे चक्काचूर होतील. आवाज येतोय पाहा."

सगळ्यांनी जिवाचे कान केले. खरंच धबधब्याचा आवाज ऐकू येत होता.

"आई गं! तुम्ही नीट न्याल ना?" सगळ्यांपैकी सखीनं आपल्या भीतीला शब्दांनी वाट दिली.

"प्रयत्न आणि विश्वास याच्या भरवशावर 'हो' म्हणतो. शेवटी त्याची मर्जी!" त्यानं हात वर करून बोट दाखवलं.

"नाही नाही, ह्या वेळी त्याची मर्जी नको हं. तुमचीच मर्जी असू द्या." सखी घाबरून म्हणाली.

नावाडी हसला.

"ह्या प्रवासात एवढं घाबरून कसं चालेल?"

"घाबरणं-न घाबरणं आपल्या हातात थोडंच असतं!"

"चुकतेस तू. आपल्याच हाती असतं ते. कधीतरी कळेल तुला."

नाव दुसऱ्या किनाऱ्याला लागली.

नावाडी उतरला.

"सावकाश उतरा. इथून आता तुमचा शोधाचा प्रवास सुरू होतो आहे. ही नदी सीमा आहे आपल्या विश्वाची आणि कल्पभूमीची."

चेतननं चमकून पाहिलं.

"हेच मला त्या बासरीवाल्यानंही सांगितलं होतं. काही काही वेळा दोन माणसं एकसारखं कशी बोलतात? आणि तुमचे डोळे!"

नावाडी हसला.

"एखाद्या सत्याबद्दल सच्चेपणानं बोलताना दोन माणसं सारखंच बोलणार."

"सत्याबद्दल खोटेपणानंही बोललं जातं तर!"

"हो, कधी मुद्दाम, तर कधी बुद्धी तोकडी पडल्यानं. हत्ती आणि चार आंधळ्यांची गोष्ट माहीत आहे ना! कधी आपल्या फायद्यासाठी, आपला प्रभाव वाढवायला एकाच सत्याचे उगाचच वेगवेगळे अर्थ लावून वेगवेगळ्या वाटा तयार केल्या जातात. जसं... पूजाशैली किंवा व्यक्तिपूजा... पण खूपदा सत्यही आपल्याला संभ्रमात टाकतं."

"ते कसं?" धारिणीनं विचारलं.

"रात्री आपण तारे बघतो आणि समजतो की, ते दिसतात तिथेच आहेत." नावाडी.

"हो. ते तर तिथेच असतात." धारिणी.

“असं आपल्याला वाटतं, पण त्यांचा प्रकाश आपल्यापर्यंत यायला काही वर्षं लागतात. म्हणजे आपण जी ताऱ्यांची स्थिती आज पाहतो, ती काही वर्षांपूर्वीची असते आणि आजची त्यांची स्थिती काही वर्षांनी कळणार असते. मग सांग, कशी गणितं मांडायची? जे दिसतं ते खरं की जे दिसत नाही ते? पण वस्तुस्थितीत हीच आहे ते खरं.”

सगळेच संभ्रमात पडले.

“तू खूप हुशार आहेस ना, तर मग सांग. मघापासून तू नदी ही ‘सीमा’ म्हणतो आहेस. त्या बासरीवाल्यानंही तसंच म्हटलं होतं. सीमा ही स्थिर कल्पना आहे. ती अचल आहे, म्हणून तर सीमा म्हटली गेली; पण नदी तर वाहती आहे. क्षणाक्षणात नदी पुढे जाते. मग तिला सीमा कसं म्हणायचं?” चेतननं विचारलं.

“नदी केवळ पाण्यानं तयार होत नाही. नाहीतर पावसाला, डबक्याला, तळ्याला आपण नदीच म्हटलं असतं. नदीचा किनारा, तिचा उगम, तिचा प्रवाह, तिचा खळाळ हे सगळं मिळून नदी होते. नदीचा काठ तुटला, तर नदी नदी राहणार नाही. आपलं जीवनही तर असंच असतं. काही गुणसूत्रं व्यक्तीव्यक्तींतून वाहत पिढी दर पिढी जातात. हा आपल्या गुणसूत्रांचा पुनर्जन्म असतो. आपल्या शरीराइतकं अस्थिर काहीच असत नाही. शरीरातल्या पेशी मृत होतात. नवीन पेशी त्यांची जागा घेतात. म्हणजे आजचं शरीर सात-आठ वर्षांनी उरत नाही, पण ते आपल्याला कळत नाही. मन तर...” नावाड्यानं सखीकडे बोट केलं. ती त्या उंच झाडांकडे त्याच्या पायापासून डोक्यापर्यंत पाहत होती.

“ती मनानं जगणारी मुलगी आहे. किती चंचल!”

“आपण?”

“आपण मनापलीकडे किती आलोय, ते अजून ठरायचंय. स्वप्नं ही मनाचीच बाळं असतात ना!”

“पण नदीचं...”

“मघाशी मी सांगितलं ते खरं. सत्य संभ्रमात टाकतं. नदीनं केवढं संभ्रमात टाकलं तुला! नदी स्थिर आहे, हा भ्रम असेल, तर ‘नदी अस्थिर आहे’ हादेखील भ्रमच आहे. मग वाहत्या पाण्याकडे दुर्लक्ष करून आपण किनाऱ्यावर विश्वास ठेवायचा. जसं आपण मृत्यूचा विचार बाजूला ठेवून जीवनावर विश्वास ठेवतो. हं?”

सगळेच त्या बोलण्यानं हादरले.

‘हा माणूस काही औरच आहे. मध्येच आपल्या शोधाला बळ देतो, तर कधी शोध, स्वप्नं व्यर्थ आहे, असं सांगतो. हा नक्की कोण आहे? नावाडी म्हणावं, तर एवढं कसं बोलतो? आणि नक्की काय सांगू पाहतो?’

"चला, निघायचंय आपल्याला!"

नावाड्यानं सगळ्यांना भानावर आणलं.

"म्हणजे काय, तूपण येणार?"

"हो. तुमचं सुदैव म्हणा किंवा दुर्दैव! माझ्यावर दोन कामं सोपवली गेली आहेत. एक तर नावाड्याचं, जे मी पार पाडलं. दुसरं वाटाड्याचं. जे मला पार पाडायचं आहे. तुम्हाला वाट दाखवायची, असंही त्यानं म्हटलेलं आहे."

"पण तू कशाला त्रास घेतोस?"

"आपल्यावर सोपवलेलं काम म्हणजे भागधेय. ते त्रास देत नाही. खरं सांगू, आता आपल्याला जंगलातून वाट काढत जायचं आहे. आपल्याला जेवण काही कुणी आकाशातून सोडणार नाही. जंगलात काही झाडं अन्न देतात. काही झाडं विषारी फळंही वाढवतात. तेव्हा तुम्हाला खायला काय योग्य आहे किंवा जंगलात झोपताना काय काळजी घ्यायची, एखादा विषारी प्राणी चावला तर कोणत्या वनस्पती लावायच्या, हे सर्व मी तुम्हाला सांगेन."

ती उंच झाडं, वेलींच्या पसरलेल्या जाळ्या, जंगलात दाटलेला हिरवट अंधार आणि गंध ह्यामुळे सगळेच चिंतित झाले होते. आता आपला नावाडीच वाटाड्या झाला, म्हटल्यावर सगळ्यांना थोडा धीरही आला.

सखीची बडबड थोडी कमी झाली होती. त्या घनदाट जंगलाचा तो प्रभाव होता.

"चला."

आपल्याला 'चला' म्हणणारं कुणीतरी सध्या अत्यंत आवश्यक आहे, हे त्यांना कळालं.

ते निघाले. ते आपापसात बोलत होते. त्यांचा आवाज चक्राकार गती घेत घुमत होता. आवाज असाही प्रतिध्वनित होऊ शकतो, ह्याचं त्यांना आश्चर्य वाटत होतं.

मध्येच जंगल डरकाळ्या फोडत होतं. बोलणारे गप्प होत होते. घाबरून जात होते. वाटाड्याही घाबरत होता; पण सगळेच जण धीर धरून होते.

"आपण घाबरायचं नाही."

"मला वाटतं, आपल्याला जंगलाची भीती काढून टाकायची असेल, तर आपल्याला जंगलच व्हावं लागेल." चेतन म्हणाला.

"जंगल व्हायला आपण काय झाडं आहोत?" पटकन सखी म्हणाली.

"जंगल म्हणजे फक्त झाडं, असं आपण का समजतो कळत नाही? झाडं तर बागेतही असतात. इथे आल्यावर मला जंगल म्हणजे काय ते कळालं. जंगल म्हणजे झाडांशिवाय इतरही खूपकाही! ह्या वेलींच्या जाळ्या, त्या खारोट्या किती

पळताहेत आणि आपल्याकडे पाहताहेत; हा जंगलातला हिरवट प्रकाश किंवा अंधार, जे आपण समजू ते; सूर्याचं न दिसणं, अनेक पक्षांचे किलबिलाट आणि प्राण्यांचे भयप्रद आवाज; जे प्राणी अजून आपल्या समोर आले नाहीत आणि आशा करू या, की समोर येणारही नाहीत. ह्या सगळ्यांपैकी एक आपण झालो, तरच आपण जंगलात प्रवास करू शकू.'' चेतन.

''अं...हो. अगदी खरंय. आणि दुसरं म्हणजे थोडा कानोसा घ्या. मला जवळपास कुठेतरी वाहत्या झऱ्याचा खळखळाट ऐकू येतो आहे. त्या खळखळाटाला जवळ करतच आपल्याला चालावं लागेलं. आपली तहान-भूक भागवायची आहे, हेदेखील आपण लक्षात ठेवायला हवं.'' धारिणी म्हणाली.

धारिणी खळखळाटाकडे पाहत म्हणाली.

''धारिणी...'' अचानकच तो पाचवा पुढे आला.

त्यानं धारिणीला पटकन मागे ओढलं.

पाऊलभर पुढे काळाभोर साप निवान्त पडला होता. त्यांच्या चाहुलीनं त्यानं डोकं वर केलं आणि सळसळत तो निघून गेला.

''धारिणी, जंगलात खाली-वर, अवती-भोवती, पुढे-मागे पाहत चालावं लागतं. कुठून कोणता प्रसंग सामोरा येईल, सांगता येत नाही.''

''आयुष्यातही असंच चालावं लागतं. आयुष्य जंगलाहून वेगळं असत नाही. फक्त आयुष्यात आपण बेसावध असतो एवढंच. अरे, तुझं नाव काय?'' वाटाड्यानं विचारलं.

''मी नकुल.''

''तुझं स्वप्न काय आहे?'' चेतननं विचारलं.

''अवघड आहे सांगणं.''

''अवघड स्वप्नांसाठी तर आपण बाहेर पडलो आहोत आयुष्याच्या.''

''मला... मला प्रेमाचा शोध आहे.''

सगळेच अवाक!

''का? तुला आई-वडलांचं प्रेम....''

''माझा जन्म उकिरड्याच्या कुशीत झाला. कुणा दोघांना नको असलेला मी जन्मल्या क्षणी आईच्या कुशीऐवजी उकिरड्याच्या कुशीत विसावलो. कुणी म्हणतं, एका प्रेमळ कुत्रीनं मला दूध पाजलं. मी तिच्यावर प्रेम केलं असतं; पण कुत्र्यांचं आयुष्य कमी असतं. ती लवकर मेली, पण तिच्या दुधातून मला प्रामाणिकपणा मात्र मिळाला. मला जगानं कसं वाढवलं, कसं स्वत:पासून दूर ठेवलं, किती हिणवलं, हे पाहूनही मी जगण्याशी प्रामाणिक राहिलो; आत्महत्या केली नाही. ज्या वाड्याच्या भिंतीबाहेर पडून असायचो, त्या वाड्यातून रोज काही शब्द कानावर

यायचे. ते ऐकून थोडंफार ज्ञान मिळालं; पण प्रेमाशिवाय सगळं व्यर्थ आहे, हे कळालं. मग म्हटलं प्रेम मिळवायचं.'' नकुलच्या डोळ्यांत सर्व अपमानांना बाजूला सारणारं प्रेम होतं. तो चांगल्या बिजाच्या आणि चांगल्या कुशीतून जन्मलाय, हेदेखील त्याच्याकडे पाहून लक्षात येत होतं.

''माझ्यापाशी सांगण्यासारखं एवढंच आहे.''

तो खाली मान घालत म्हणाला.

''असं कसं म्हणतोस नकुल, सांगण्यासारखं जेव्हा थोडं असतं, तेव्हा त्यामागे खूप सोसलेलं असतं. ते सोसणं शब्दांत नाही व्यक्त होत. ह्या धरणीवरचं आभाळ कुणी काढून नेलं तर कसं वाटेल? तू त्याचा लहानपणापासून अनुभव घेतलाहेस.'' धारिणी म्हणाली. एवढा वेळ ठामपणे विचारयुक्त स्वरात बोलणाऱ्या तिच्या स्वरात कमालीची कोवळीक होती, चेहरा मृदू झाला होता. तिच्या डोळ्यांतून अंतःकरणाची एक तार नकुलपर्यंत गेलेली वाटाड्याला स्पष्ट दिसली.

नेहमीप्रमाणे सखीचं लक्ष मात्र ह्या बोलण्याकडे नव्हतंच.

''आपण कधी असा शांत पसरलेला साप पाहिला होता का ह्याआधी? तुम्ही सांगा हो वाटाडे.''

''नाही बुवा.''

''मीपण नव्हता बाई पाहिला. नेहमी साप कसे तरवर तरवर करत पळून जातानाच दिसले. पण आज पहिल्यांदा निवांत पडलेला साप पाहिला. मजाच आली!''

''मजा कसली गं त्यात?'' धारिणीनं विचारलं.

''पसरलेला साप पाहण्यात मजाच की! आणि तुझा पाय अगदी त्याच्या जवळ... आई गं! काटाच आला गं अंगावर! तो चावला असता तर गं?'' ती भाबडेपणाने म्हणाली.

''ते पाहायला साप चावून घ्यायला हवा मला पुन्हा दिसला की.''

''नको गं, काटे येतात अंगावर!''

नावाड्याला हसू आलं.

''सारखे अंगावर काटे यायला तू काय बाभळीचं झाड आहेस?''

''असतात की काही माणसं झाडासारखी. माझी आजी सगळ्या नातवंडांना जवळ घेऊन बसते, तेव्हा ती मला वडाच्या झाडासारखी वाटते. तेच माझे वडील सदा मेला तो त्रासिक चेहरा, वैतागलेले... निवडुंगासारखे! आणि माझी लहान बहीण सारखी ह्याच्या कडेवरून त्याच्या कडेवर...वेलीसारखी. आणि...''

''कळालं, कळालं. हृदयाची सगळ्यात जास्त शक्ती बोलण्यात जात असते. म्हणून कमी बोलावं.'' चेतन म्हणाला.

ती नेहमीसारखी उगाचच हसली. कुणाचंही बोलणं ती मनाला लावून घेत नव्हती.

जंगल दाट होत होतं.

"धारिणी, जंगलात जसं पाण्याच्या खळखळाटासोबत चालायचं असतं, तसंच प्रकाशाचंही भान ठेवून चालायचं असतं. काही ठिकाणी जंगल एवढं घनदाट असतं की, दिवस असूनही रात्र वाटते. रातकिडेही किरकिरत असतात; भर दिवसा! झाडांचे निःश्वाससुद्धा वातावरणात जाऊ शकत नाहीत. त्या निःश्वासात आपण सापडलो तर झालं. गुदमरूनच मरणार!"

"बाप रे!" सखी घाबरून म्हणाली.

"घाबरवत नाहीये. सावधगिरी बाळगण्यासाठी सांगतोय."

"तुम्ही ह्या आधी कधी असा प्रवास केला होता का?"

"हो, पण अर्धवट सोडला होता."

"का?"

"प्रवास अर्धवट सुटायला अनेक कारणं असतात. त्या वेळी ती समर्थनीय असतात, पण पुढे मात्र ती समर्थनं आपल्याला अपराध वाटतात. असे अपराध होऊ नयेत, म्हणून तुम्ही सतर्क राहा."

चालता चालता ते झऱ्यापाशी आले. स्वच्छ, थंडगार पाणी! सर्वांनी हात पाय धुतले.

वाटाड्यानं सभोवताली पाहिलं आणि तो आनंदला.

" अरे वा! ही फळं आहेत इथे. बरं झालं. खूप शक्ती देतात ही फळं!"

सगळे जण त्या नवख्या फळांकडे पाहत होते.

"ही फळं आपण खायचीं?" चेतननं विचारलं

"हो. माझ्यावर विश्वास ठेवून खायची. रानातली झाडं त्यांच्यात वावरणाऱ्या प्राण्यांसाठी, कधी काळी येणाऱ्या प्रवाशांसाठी ही सोय करून ठेवतात. औषधीही उपजतात. हे एक संपूर्ण, स्वयंपूर्ण असं वेगळं विश्वच असतं. तसं ते आपल्यासाठी अज्ञात असतं, पण आपण त्याचा अभ्यास करू शकतो. चेतन, कांचन तुम्ही लोक फळं तोडा. फक्त तेवढीच तोडा, जेवढी आपल्याला लागतील. तोपर्यंत मी काही कंद शोधतो."

सगळे जण फळं शोधू लागले.

तोवर वाटाड्यानं कंद शोधून आणले.

"चला, झाली जेवायची सोय! सखी, धारिणी तुम्ही वाळलेली पानं आणि काड्या शोधून आणा बरं!"

त्या वाळलेल्या काड्या आणेपर्यंत वाटाड्यानं तिथली मोकळी जागा स्वच्छ

केली होती. एक छोटासा खड्डा केला होता. त्यात त्यानं काड्या आणि पानं नीटसपणे रचली. गारगोटीनं विस्तव पेटवला. त्यात कंद सारले. कंदाचा खमंग वास पसरू लागला. मध्येच वारा येत होता. पण अभिमन्यू पेटती पानं उडू देत नव्हता.

त्या दोघींनाही वाटाड्यानं त्याच कामाला लावलं.

"ठिणगीही उडू देऊ नका. एक ठिणगी जंगलाला भस्मसात करते. विझवतानाही पाणी आणून शेकोटी विझवायची. एकदा का ही पंचमहाभूतं हात धुऊन जिवंत आयुष्याच्या मागे लागली की, त्राही त्राही करून सोडतात." तेवढ्यात त्याचं लक्ष सखीकडे गेलं. ती कसलीशी लाल फळं तोडत होती. फळं अत्यंत मोहक दिसत होती.

"सखी, ती फळं नको घेऊस, ती विषारी आहेत." तो ओरडला.

"एवढी छान तर दिसताहेत!"

"इकडे ये आधी आणि हात धू."

सखीनं हात धुतले.

"कशावरून ती फळं विषारी आहेत?"

"रानाची आपली एक अलिखित भाषा असते. ती अनुभवावी लागते. त्या झाडाकडे बघ. एक तरी पक्षी आहे त्याच्यावर?"

"नाही."

"एवढा सुंदर रंग आणि फळांनी लगडलेलं असूनही त्यावर पक्षी नाहीत, पण त्याच्या बाजूचं झाड बघ. नुसतं पक्ष्यांनी भरलं आहे. असं वाटतंय, फळांसोबत त्या झाडाला पक्षीही लागले आहेत. पिकलेली फळं तर त्यांनी फस्त केलीतच, पण हिरव्या फळांनाही ते सोडत नाहीत. अर्थ समजून घे सखी. ते झाड विषारी नाहीये."

"बाप रे! केवढं हो निरीक्षण तुमचं!"

"माणसानं अवखळ असावं, पण आपला घात होईल, एवढंही अवखळ नसावं. थोडं गांभीर्य हवंच. आणि फारही गंभीर नसावं. अशा माणसांच्या मनातले झरे अटतात. अंत:करणं कोरडी पडतात. मग स्वप्नंही सुकतात. बरं का धारिणी!"

धारिणी समजून हसली.

"मी तुमचे शब्द लक्षात ठेवेन आणि तसे प्रयत्न करेन."

ती नेहमीच्या समजुतदार शब्दांत म्हणाली.

सगळे जण आता एकत्र बसले. सागाच्या पानांचे द्रोण करून नकुल आणि चेतननं त्यात पाणी आणलं.

पानांवरतीच ती फळं आणि कंद ठेवून सर्वांनी खायला सुरुवात केली.

"हे तुमचं अरण्यातलं पहिलं जेवण. याची ओळख करून घ्या आणि

मैत्रीसुद्धा. कारण काही दिवस आपल्याला हेच जेवण जेवावं लागणार आहे.''

सगळे जण ते अन्न गोड समजून खात होते. सखी मात्र तोंड वेडंवाकडं करत होती.

''सखी, अन्न तोंडात असेपर्यंतच केवळ चव असते. पुढे तो केवळ घास असतो, शरीरपोषण करणारा.'' वाटाड्या तिला समजावून सांगत होता.

नकुल मात्र अत्यंत सहजपणे ती फळं, कंद खात होता. बाकीच्यांना ते खाणं परकं, बेचव वाटत होतं.

''नकुल, तू अगदी सवय असल्यासारखा खातो आहेस!'' धारिणी म्हणाली.

नकुल किंचित ओशाळला, त्यानं मान खाली घातली.

''खरं सांगू, हे असं काहीही मला चालतं. कारण भाकरीचे का होईना, दोन घास खाऊ घालणारं कुणीही मजजवळ नव्हतं. मला आठवतं त्या काळापासून मी वाट पाहत असायचो की, कुणी शिळं अन्न फेकेल. मी ते शिळं अन्न खायचो. अनेकदा आजारीही पडायचो. अन्न खाऊन जगायचं किंवा अन्न खाऊनच मरायचं, अशी गत होती तेव्हा. खूपदा गलितगात्र व्हायचो. कुणीतरी उठवायचं,पाणी पाजायचं. बस; पाणी हेच औषध होतं तेव्हा. पण शरीरानं तेही स्वीकारलं. कळायला लागल्यावर मात्र मी लहानसहान कामं करायला लागलो. झाडझूड, कुणाचं सामान आणणं. मग थोडं स्वत:च्या पैशानं खाऊ लागलो.''

''आजारी पडलं तर काय वाटायचं तुला नकुल?'' धारिणीच्या स्वरात आत्यंतिक सहानुभूती होती.

''काय वाटायचं?'' नकुल विचार करत होता. ''बहुधा काहीच नाही. कारण 'कुणी नसणं' हेच माझ्या अंगवळणी पडलं होतं. आजारपण, दुखणं हे आपणच सोसायचं, हे मला नकळत कळालं होतं. ज्याला सावली म्हणजे काय माहिती असतं, त्याला उन्हाचे चटके बसतात. मला सावलीच नव्हती. त्यामुळे चटक्यालाच मी जवळ केलं. खूपदा माझ्या वयाच्या मुलांना खेळताना पाहायचो. ती पडली की, 'आई गं' म्हणायची. भांडणं झाली की, 'बाबांना सांगेन' म्हणायची. माझ्या ओठी आई, बाबा, देव यापैकी कोणताही शब्द नसायचा. माझं मनच माझं दुखणं ऐकायचं. फक्त एकच चांगलं झालं. ज्या वाड्याच्या भिंतीलगत वाढलो, तिथले संस्कार घडले. खूपकाही चांगलं ऐकायला मिळालं. माझं एकटेपण आणि ते संस्कार ह्या दोन्हींतून मी घडलो.

''खूपदा वाटतं,'' तो हरवल्यासारखा बोलत होता, ''त्या वाड्याशी तर माझा काही ऋणानुबंध नाही? तिथलंच बीज तर माझ्यात नसेल? का लहानपणापासून त्या भिंतीशीच राहिलो? का तिथले संस्कार उचलले? संस्कार मिळाले, अन्न मिळालं, पण प्रेम नाही मिळालं. खूपदा एकटेपण जाणवलं की, स्वत:चेच हात

घट्ट स्वत:ला बांधून स्वत:च्याच कुशीत मी रडायचो. इतरांचं आयुष्य बघून लक्षात यायचं की, प्रेमाचं किती महत्त्व आहे. आपल्याला प्रेम नाही मिळालं, तरी आपण प्रेम करायचं, अपार प्रेम करायचं. सर्व माणसांसकट चराचरावर! म्हणून प्रेमाच्या शोधात निघालो. त्या विश्वात अनाथाला प्रेम मिळत नाही, ते मिळवायला निघालो. बस! सांगण्यासारखं एवढंच आहे. बाकी माझे हात मोकळे आहेत. माझ्या हातावर रेषा आहेत. त्यांना आजवर जरी काही अर्थ नसला, तरी ह्यापुढे मीच अर्थ देणार आहे.'' तो निश्चयानं बोलत होता.

एकूणच त्याचं बोलणं ऐकून सर्व स्तब्ध झाले होते. त्याची वेदना त्यांना स्पर्शून गेली होती.

नंतर मात्र दचकूनच सर्व जण पाहत राहिले.

नग्न माणसं पाहायची सवय नसल्यानं त्यांना दचकल्यासारखं झालं. एक तरुण स्त्री आणि एक तरुण अचानकच रानातून त्या जागी आले.

ती दोघंही ह्यांना पाहून दचकली.

''आ...'' ती रानातली तरुणी किंचाळली आणि तिनं तरुणाला घट्ट धरलं.

''कोण तुम्ही?'' त्या तरुणानं प्राचीन भाषेत विचारल्यानं तो काय विचारतोय, हे सगळ्यांना कळालं आणि मुख्य संवादाची भाषा सापडली.

''आम्ही प्रवासाला निघालोय.''

''हं. हे कशाला पेटवलं? तो धूर पाहून आम्ही इथे आलो.'' त्यानं शेकोटीकडे बोट दाखवतं म्हटलं.

''आम्ही हे कंद भाजले.''

''अय्यो! कंद कशाला भाजायचे? ते तर कच्चेच खायचे असतात.'' ती तरुणी म्हणाली.

''आपापली पद्धत असते. आता ह्या स्त्रिया बघ. त्यांनी सगळं अंग झाकलं आहे आणि तू फक्त कटिवस्त्र घालून आहेस. बाकीची उघडी!''

ती सखी आणि धारिणीकडे पाहत होती आणि तिला चेष्टा केल्यागत हसू फुटलं.

''हे कशाला झाकायचं?'' ती छातीकडे बोट दाखवत म्हणाली.

''तू का उघडं ठेवलंस?'' धारिणीनं विचारलं.

''आमच्यात असंच असतं. हा आकार पाहून किती मुलं होणार, मुलांना दुधावर कसं पोसणार, हे ठरवलं जातं. आम्हाला खूप मुलं हवी असतात.''

''खूप मुलं? का बरं?''

''कारण बरीच मुलं लहानपणीच मरून जातात. पावसाळ्याच्या वेळी काही झाडं चेटूक करतात आणि मुलांना हगवण लागते. मग ते लेकरू कुणाच्या हातात

राहत नाही. म्हणून जास्त मुलं जन्माला घातली की, हाताशी काही येतात.''

सगळ्यांना ते बोलणं ऐकून कीव येत होती. ह्यांच्याजवळ काही उपाययोजना नव्हती.

''मुलांना वाचवायचा प्रयत्न नाही करत?''

''करतो. ह्या रानात बऱ्याच औषधी वनस्पती आहेत, पण कधीकधी परिस्थिती हाताबाहेर जाते. चेटूक कधी फार जहाल असतं.''

अचानकच तो तरुण तिला चलण्याची घाई करू लागला.

''प्रार्थनेची वेळ झाली. चल लवकर.''

''तुमचा देव कोणता?''

''एक प्राचीन, वयानं सर्वात मोठं असलेलं झाड आमचा देव आहे.''

''बरेच मागासलेले दिसतात. आपल्याकडे देवाच्या मूर्ती....'' सखी साध्या भाषेत म्हणाली.

''काय म्हणतेय ती?''

''ती म्हणतेय, आम्ही देवांच्या मूर्तीचं पूजन करतो. तसं....''

''हे 'मूर्ती ' काय असतं?'' दोघंही विचारात पडली.

''मूर्ती म्हणजे... दगडाची... धातूची... किंवा मातीची प्रतिकृती.'' वाटाड्यानं समजवलं.

''प्रतिकृती कोणाची?''

''अं...काही माणसांची. मोठी मोठी माणसं!''

ती दोघं चेष्टा करत हसले.

''माणसं आणि देव! असं कधी होऊ शकतं का? माणूस माणूसच असतं.'' तो हसत म्हणाला.

''माणसाच्या मदतीला जे येतात ते देव. आमच्या मदतीला झाडं येतात. म्हणून आम्ही त्यांची पूजा करतो. झाडात जीव असतो. ती पुन्हापुन्हा उगवतात. तुमच्या धातूंच्या मूर्ती अशा पुन्हापुन्हा उगवतात का?'' त्या स्त्रीनं विचारलं.

''माझ्या मते निदान तुम्ही मातीच्या तरी मूर्ती करायला हव्यात. माती गर्भार राहते. मूर्ती फुटली, तर त्या मातीतून पुन्हा काही ना काही जन्माला येतं. प्राणी, झाडं.... ती माती मूर्तिरूपात असताना तुम्ही तुमचा विश्वास, श्रद्धा तिच्यात पेरलेले असतात, ते कोणत्या ना कोणत्या रूपात साकारणारच ना! धातू तर साधा ध्वनी स्वीकारू शकत नाही; पचवू शकत नाही. लगेच त्याचा प्रतिध्वनी तो परत करून टाकतो. तो तुमच्या प्रार्थना काय स्वीकारेल?''

वाटाड्या डोळे मिटून ते शब्द मनात रिचवत होता.

तेवढ्यांत त्या रानातून वेळूचे स्वर घुमले.

'' चला, आमच्या प्रार्थनेची वेळ झाली.''

"हो." ती पुनःपुन्हा त्या दोघींचं निरीक्षण करत होती. तिला त्यांचं झाकलेलं अंग पाहून हसू येत होतं.

जाता जाता तो पुन्हा वळून आला. त्यानं इकडेतिकडे शोधकपणे पाहिलं. त्याला एक वेल दिसली. त्यानं ती वेल हातात घेतली.

"ही वेल सर्पदंशापासून तुमचं रक्षण करेल. ही जवळ ठेवा. आणि ते कंद असे भाजून खाऊ नका. शेकोटी पाणी घालून विझवा. हे वनातले नियम आहेत. ते पाळा." त्याच्या स्वरात आदेश होता.

ती दोघं घाईनं निघून गेली.

"मला तर बाई लाज वाटत होती." सखी उद्गारली.

"का गं?" धारिणी.

"असं उघडं अंग पाहून..."

"सखी," वाटाड्या म्हणाला, "ही निसर्गासारखी मातीतून उगवलेली माणसं आहेत. ते निसर्गासारखं राहणं पसंत करतात. एक माणूस सोडला, तर कोणता जिवंत प्राणी अंग झाकतो? ह्या लोकांनीही जंगलातला जिवंत निसर्ग स्वीकारला आहे. त्यावर मानवी अक्षरं लिहिण्याचा प्रयत्न केला नाही. शरीराच्या ज्या भागाची निर्मिती मुलाच्या संगोपनासाठी झाली आहे, त्याचा अर्थ केवळ तेवढाच. कपड्यात झाकून त्याला वेगळा अर्थ द्यायचा प्रयत्न ते करत नाहीत आणि तसंही नग्नतेत सौंदर्य नसतं. सौंदर्य आवृत शरीरात दडलेलं असतं. इथल्या रानातले जगण्याचे अर्थ आपल्याहून फार वेगळे आहेत. ते हळूहळू जाणून घ्या. एका वेगळ्या विश्वाला जाणून घेतल्याचा आनंद होईल तुम्हाला."

ते सर्व प्रकाश आणि पाण्याची सोबत ठेवून चालले होते.

***

हळूहळू अंधार गडद होऊ लागला. झाडांचे आकार अंधारात वेगळे दिसू लागले. जंगल भयावह होऊ लागलं.

"आता आपल्याला थांबावं लागेल. आपल्याला रात्र झाडांच्या फांद्यांवर काढावी लागेल."

"अगं बाई, ते कसं?"

"फांदीला बिलगून झोपायचं. फांद्या चांगल्या जाड आहेत. आपण त्यावर मावू शकू."

"पण आपण पडलोबिडलो तर?" सखीनं विचारलं.

"पडायचं नाही. जसा जगण्याला जगणं हाच पर्याय असतो. तसा सध्या झाडावरून न पडण्याला 'न पडणं' एवढाच पर्याय आहे. तेवढं सावध आपण राहायलाच हवं. तुला काय वाटतं, आयुष्यात आपण एका फार सुरक्षित क्षेत्रात

असतो? अजिबात नाही. एका अशा रेषेवर आपण असतो, जिथे एका बाजूला आयुष्याचा गजबजलेला प्रदेश असतो आणि दुसऱ्या बाजूला मृत्यूचा गूढ प्रदेश! कोणत्याही क्षणी त्या रेषेवरचा तोल पलीकडे जाऊ शकतो.''

"तुम्ही अवघड बोलता.'' सखी.

"सोपं सांगू? ही बघ पेटलेली शेकोटी. त्यावर आपण कंद भाजतो आहोत. पण एका क्षणी वारा आला, ज्वाला लवलवल्या आणि कपड्यानं पेट घेतला तर... किंवा आपण रस्त्यानं चाललो आहोत आणि एक उधळलेला घोडा आला तर...''

"आई गं, पुरे हो!'' ती कानावर हात ठेवून घाबरत म्हणाली. "मला तर तुमचं हे बोलणं ऐकून जगायचीही भीती वाटायला लागली आहे.''

"तू घाबरावं म्हणून नाही सांगताहे मी हे. हे इतर लोक बघ बरं. कुणी घाबरलं का? पण आयुष्यात सावध राहावं, म्हणून मी हे सांगतोय. स्वतःपासून, आपल्या आणि परक्या लोकांपासून.''

"परक्यांचं मी जाणू शकते. पण आपल्यापासून का? स्वतःपासून का?'' सखीनं कुतूहलानं विचारलं. वाटाड्यानं तिच्या डोक्यावरून वात्सल्यानं हात फिरवला.

"अजून निष्पाप आहेस तू. म्हणून आपण आपलाच घात कसा करून घेतो, हे तुला माहिती नाही. एका फार मोठ्या विचारवंतानं म्हटलंय, 'आत्मेव ह्यात्मनोर्बंधुरात्मनो रिपुरात्मनः' आपणच आपले बंधूही आणि शत्रूही असतो. मोठमोठ्या संकटांच्या मालिकेची सुरुवात आपणच आपल्यापासून केलेली असते.''

"असं कसं शक्य आहे?''

"ह्या अनुभवाच्या गोष्टी आहेत. त्या अनुभव घेऊनच जाणायच्या. चला. आता सगळे वेळेत झोपा, म्हणजे सकाळी सूर्य उगवायच्या वेळी आपणही उठू. कुणीतरी एक जण ती शेकोटी विझवा. ती जंगलाची आज्ञा आहे. झाडाभोवतालच्या वेलींपैकी एखादी वेल आधारासाठी धरून ठेवा.''

सगळे जण टकमक पाहत होते.

'झोपणं एवढं अवघड असतं?'

"आपण खाली झोपलो तर?'' धारिणीनं विचारलं.

"धारिणी, रात्री जंगल जागं होत असतं. आपण नाही आपल्या गावात वाघ आला किंवा घरात साप आला तर त्यांना मारून टाकत? तितकं हेदेखील स्वाभाविकच आहे. म्हणून तर जंगलातले लोक जंगलासारखे राहतात. नकुल, क्रौर्याबद्दल तू बोलतो आहेस. समजून घे. नको असलेल्याचा जन्म झाला, तरी लोक त्याला उकिरड्यावर टाकतात.''

नकुल खजिल झाला. एकदम त्याच्या अनाथपणाचा उल्लेख येऊन धडकला होता. त्याचे ओठ कापले.

त्याच्या खांद्यावर कुणीतरी हात ठेवला, तसा तो विचारांतून बाहेर आला. ती धारिणी होती.

त्यानं तिचा हात घट्ट धरला.

''मला कुणी असा समजावणीचा स्पर्शही केला नव्हता. किती छान असतात हे स्पर्श! काही न बोलता खूप बोलणारे. मला स्पर्शाचं महत्त्व आज कळतंय. तुझ्यामुळे!'' तो धारिणीला म्हणाला.

धारिणी मंदसं हसली. ''जीवन पचनी पाडायचं असतं नकुल; कितीतरी विशेषणांसह. त्यांपैकी एक विशेषण तुला लागलं – अनाथ. ते अनाथपण स्वीकार. ते जीवनाचा एक भाग होऊ दे. मग प्रत्येक वेळी तू जखमी होणार नाहीस. तू जर कर्तृत्व केलंस, तर ते कर्तृत्व तुझी ओळख होईल. मग तोच 'अनाथ' हा शब्द तुझ्यासाठी आदरानं वापरला जाईल आणि तू तरी कायमचा अनाथ थोडाच राहणार आहेस? तुझीही कुणी सहचारिणी असेल, मुलंबाळं असतील, यश-अपयश असेल, तुझे गुण-अवगुण असतील, कर्तृत्व असेल. हे सगळं सोबत असणारी व्यक्ती अनाथ कशी असेल? एक लक्षात घे. यशस्वी माणसाच्या मागे कधीही वाईट शब्द लागत नसतात. आणि कितीही वाईट विशेषणं मागे लागली, तरी आयुष्य हे आयुष्य असतं. ते विशेषणांपलीकडे उभं असलेलं.''

''धारिणी, आज तुझ्यामुळे हा अर्थ मला कळला.'' नकुल.

'' 'अनाथ' ह्या तीन अक्षरी शब्दांत तू स्वतःला सर्व जाणिवांसह अडकवलं आहेस. त्यामुळे ज्या तऱ्हेनं तुझं आयुष्य वाढायला हवं, त्या तऱ्हेनं वाढू शकलं नाही. आता ही तीन अक्षर तोडूनमोडून टाक आणि त्याबाहेर पड. आम्ही सर्व आहोत ना तुझ्यासोबत!''

त्यानं मान हलवली. आयुष्य सापडल्याचा आनंद त्याला झाला होता.

'कुणी सोबत असो-नसो. तू सोबत राहा धारिणी.' तो मनातल्या मनात म्हणाला.

सर्व जण फांद्यांवर स्वतःला सावरत झोपले होते. खरंतर अशा स्थितीत झोप लागणार नव्हती, पण आडवं होण्यानं निदान शिणलेल्या अंगाला आराम तरी मिळत होता.

''नकुल,'' बाजूच्याच फांदीवर असलेल्या वाटाड्यानं हाक मारली.

''हं?''

''मनात जे शब्द उमटत असतात ते आपल्याला आनंद देणारे असतात. त्यांच्यावर विश्वास ठेव. ते पुनःपुन्हा आठव आणि तसंच घडणार, हे मनाशी ठामपणे म्हण. मनाची शक्ती त्या दृष्टीनं प्रवण होते. मनाच्या शक्तीएवढं प्रभावी काहीही नसतं.''

''तुम्ही नक्की कशाबद्दल बोलता आहात?''

"तुझ्या मनाबद्दल आणि मनात येणाऱ्या विचारांबद्दल.''

"तुम्हाला कसं कळालं की, मी काही विचार करतोय?''

"नकुल, विशिष्ट माणूस विशिष्ट परिस्थितीत काय विचार करत असेल, ते आपण थोडा जिवाचा कान केला, तर कळू शकतं. कारण प्रत्येक माणसाची विचार करण्याची पद्धत एकच असते. फक्त भावना त्यांना वेगवेगळ्या दिशा देतात. धारिणी एक चांगली स्त्री आहे, सहानुभूती बाळगणारी. पण फक्त सहानुभूती म्हणजे प्रेम नसतं, हे लक्षात ठेव. सहानुभूती पटकन निर्माण होऊ शकते, पण प्रेम नाही. विशेषत: धारिणीसारख्या स्त्रीच्या बाबतीत. तिच्या स्पर्शातल्या भावनांना जाण. त्यात वासना, शारीरिकता कितपत आहे, हे लक्षात घे. स्त्रीच्या बाबतीत आधी भावना जागतात. मग सामाजिक बंधनांच्या जाणिवांसोबत शारीरिकता. त्यात कोणत्या अधिक प्रबल ठरतात, ह्याचा शोध घे.''

"हं...'' नकुल हलकेच हुंकारला.

वाटाड्याही आकाशाकडे पाहत विचारांमध्ये गढला होता.

"कसला विचार करता आहात?'' नकुलनं त्याला विचारलं.

"हं. अरे, तुम्ही सर्व काही कारणांसाठी निघाला आहात. एक स्वप्न, काहीतरी ध्येय तुमच्या वाटचालीला आहे. पण मी ह्या प्रवासात का ओढला गेलो, मला कळत नाहीये. कोणीतरी 'खरं माणूस' माझ्या दाराशी आलं. त्याने मला तुमचा वाटाड्या व्हायला सांगितलं. पण मीच का? हे अवघड काम मलाच का सोपवलं गेलं, हे मला कळत नाही. त्या माणसानं मला काही कारण तरी सांगायला हवं होतं. थोडं बोलायला हवं होतं. मी भास झाला, असं म्हणून सोडूही शकलो नाही, कारण त्यानं दाराशी सोनसळी पाऊलखुणा ठेवल्या होत्या.

"त्यातही गुंता म्हणजे, त्यानं मला स्पष्टपणे सहा जणांना न्यायला सांगितलं होतं, पण आले पाचच. एखादा चुकून राहिला की काय? मी ऐकण्यात चुकलो असेन कदाचित, पण तरी काळजी मात्र वाटतेच. आणि ही सखी! बालिश, निर्व्याज, फुलपाखरासारखी. तिला हा प्रवास कसा पेलवणार? कुठले अर्थ ती शोधणार?''

"तुम्ही खूप विचार करता आणि अनेक गोष्टी ओळखता, हे कसं साधलं तुम्हाला?''

"तुला म्हणून सांगतो. डोळे मिटून बसावं. शांत, मोरपंखाच्या स्पर्शासारखा अंधार आपल्याला वेढून येतो. त्या अंधारात थोड्या वेगळ्या रंगाच्या अंधाराची वलयं फिरतात... जातात.... ह्या अवस्थेतच आपण आपल्या कक्षेबाहेर पडतो आणि बऱ्याच गोष्टी आपल्या मनात सहजपणे उमलत जातात. अनेक अर्थ गवसतात. आपल्या कक्षेतच अनेक माणसं येऊन 'आपणच' होतात. सगळ्यांच्या

मनाची माती अखेर सारखी आहे, हे लक्षात येतं. त्या मातीत विशिष्ट वेळी, विशिष्ट वयात विशिष्ट बीजं अंकुरत असतात, हे कळतं. मग राग, अहंकार, स्वार्थ हे काही आपलं उरत नाही.''

''तुम्ही फार मोठे आहात.''

''नाही. मनाच्या एकाग्र अवस्थेत एक सर्वव्यापी आत्मा मला थोडासा जाणवला इतकंच. मी मोठा वगैरे असतो, तर ह्या प्रवासात असा ओढला गेलोच नसतो.''

आता जंगल गडद झालं होतं. रातकिड्यांचे आवाज तीव्र झाले होते. मध्येच काही डरकाळ्या ऐकू येत होत्या. आकाशातून मात्र ह्या सर्व भयप्रदतेला झाकून टाकणारं प्रसन्न चांदणं स्रवत होतं.

एवढी सुंदर पहाट ह्याआधी त्यांनी कधीच अनुभवली नसावी. डोळे न उघडताही विश्वाचे, दिशांचे अनेक हाकारे कानाशी गलबलत होते. सगळं रान जागं झालं होतं. कावळे, चिमण्या ह्याहून वेगवेगळे पक्षी वेगळ्या सुरावटी काढत होते. इतकी बोलकी पहाट!

हळूहळू सर्व जण फांद्यांवरून खाली उतरले.

सखीचे डोळे मात्र लालसर होते, झोपाळलेले होते.

''तुमचं आवरेपर्यंत मी झोपू का थोडं? मी रात्रभर जागीच होते. सारख्या त्या डरकाळ्या. बरं का हो, अभिमन्यू, काल जे तुम्ही मला सांगितलं ना जीवनमरणाच्या सीमारेषेबद्दल, त्याचा रात्रभर अनुभव घेतला. नि वाटलं, एखादा वाघ इथवर आला असता तर!''

अभिमन्यू हसला. त्यानं जमिनीकडे निर्देश केला.

''ते बघ!''

मातीवर वाघाच्या पंज्यांच्या खुणा उमटल्या होत्या.

''तू जागी असूनही वाघ येऊन गेला तरी कळालं नाही. वाघ नेहमी दबकत येतो. ह्याला म्हणतात अज्ञानात सुख. तू नुसतीच कल्पना करत बसली असशील, वाघ येईल, जोरानं डरकाळ्या फोडेल, मला खाईल. हो नं?''

''हो. आई गं, किती भयंकर आहे हे सर्व!''

ती खरोखरच भीतीनं हादरली होती. सर्वच त्या पाऊलखुणांकडे डोळे विस्फारून पाहत होते. सर्वच कमी-अधिक घाबरले होते.

''काही झालं असतं तर!'' सखी रडायला लागली, ''मला कुठे माहीत होतं की, हा प्रवास एवढा भयंकर आहे! नाहीतर हातावर अर्धी मेंदी घेऊन मी आलेच नसते.''

''बरं, रडू नकोस. वाघ उगाचच कुणाला मारत नाही. भूक लागली तरच मारतो. आणि तसा भुकेजला वाघ आला असताच, तर सगळ्यात आधी त्यानं मला खाल्लं असतं. कारण मी सर्वात खालच्या फांदीवर झोपलो होतो. खरंतर ह्या

प्रवासाला निघालेले प्रवासी प्रवास पूर्ण करतातच. तरीही मी थोडी शक्यता गृहीत धरलीच होती. बरं, झोप थोडा वेळ. आम्ही आमचं आवरतो. आणखी कंद वगैरे भाजून घेतो.''

''हं.'' सखी झोपली. अगदी काही क्षणात गाढ झोपली.

''तेच जंगल, तीच श्वापदं, तेच मृत्यूचे आवाज पण... पण माणूस अंधाराला केवढा घाबरतो! आणि प्रकाशाची सोबत त्याला केवढा धीर देऊन जाते. रात्रीही वरून तारे आपले रक्षण करतच असतात ना! जंगलातल्या सर्व अनाम शक्ती आपल्यावर एक सुरक्षित पदर टाकून असतात. म्हणून तर आपण सर्वच जिवंत आहोत. सूर्यकन्या पृथ्वीनं तिच्या कुशीत आपल्याला जगवलं आहे.''

सर्व जण उठले. बाजूलाच झरा खळखळत होता. त्याचं गार आल्हाददायी नितळ पाणी सगळे प्याले. प्रातर्विधी आटोपले.

धारिणी हळूच झऱ्याच्या मध्यभागात गेली. चांगलं दोनतीन पावलं खोल पाणी होतं. ती त्या पाण्यात बसली. पाणी तिच्या गळ्यापर्यंत आलं. पाण्याचा प्रवाह तिच्या अंगाला गुदगुल्या करून जात होता.

तेवढ्यात रानातलं ते जोडपं तिथं आलं. त्यांनी बरीच कंदमुळं हातात आणली होती.

''सगळे आहात तर!'' त्यांनी प्राचीन भाषेत म्हटलं. तो सगळ्यांना पाहत होता.

''हो. का?''

''काल देवाचा फेरा झाला होता या भागात. देव एखाद्या वेळी एखाद्या माणसालाही नेतो.''

''हे देवाचं पाऊल आहे का?'' अभिमन्यूनं त्याला वाघाची पाऊलखूण दाखवली.

''हो. अरे वा! त्यानं तुम्हांला काहीच केलं नाही. मग निर्धास्त व्हा. तो पुढंही तुम्हांला काही करणार नाही. ही कंदमुळं आणलीत.''

चेतननं पुढे येऊन ती कंदमुळं घेतली आणि वाकून प्रणाम केला.

''ती कुठेय? ती दुसरी स्त्री?'' त्यानं उत्सुकतेनं विचारलं.

''ती... आंघोळ करतेय ती?''

''अं...हो... तीच.'' तो म्हणाला आणि मग तो त्यांच्या भाषेत सोबतच्या स्त्रीशी काही बोलला.

मग ती स्त्री सगळ्यांना सांगू लागली, ''तो म्हणतोय, त्याला ती स्त्री आवडली आहे. एक रात्र ती स्त्री त्याच्यासोबत काढील का?''

किती सहजपणे त्यानं धारिणीकडून शरीरसुखाची मागणी केली होती.

''तू... तिलाच विचार.'' अभिमन्यूही संकोचला होता.

ती आंघोळ करणाऱ्या धारिणीजवळ गेली.

“अगं, आंघोळीच्या वेळी तरी वस्त्र काढ. असं अंग झाकणं पाप असतं!” ती धारिणीच्या पदराशी झटत म्हणाली.

“असू दे. मी तुझ्यासारखी नाही राहू शकत उघडी.”

मग तिनं तिला तो प्रश्न विचारला.

धारिणी आधी अवाक झाली, मग संतापली.

“हे असं काहीतरी तू बोलू तरी कशी शकतेस? एक रात्र!”

“तू नाही म्हणू शकतेस.”

“अर्थात मी नाहीच म्हणणार आहे, पण तू विचारलंस कसं?”

“त्यात एवढं काय रागवतेस तू? तुझ्या मर्जीपुढे तो जाणार नाही आणि खरं सांगू...” ती धारिणीच्या कानाशी कुजबुजली.

“बरं झालं तू ‘नाही’ म्हणालीस. कारण मी त्याच्यावर प्रेम करते.”

ती स्त्री त्याच्याजवळ आली. तिनं त्यांच्या भाषेत धारिणीचा नकार सांगितला. तो माणूस गुडघ्यांवर बसला आणि धारिणीकडे पाहत तो काही बोलला.

आणि ती दोघं मदतीचं आश्वासन देऊन पुढे झाली.

“हे काय आहे सगळं?” धारिणी आता कोरडं वस्त्र नेसून त्यांच्याजवळ येत म्हणाली.

“ही जंगलातली सभ्यता आहे धारिणी.”

“असली कसली सभ्यता?”

“त्याला तू आवडलीस. त्यानं ते ह्या रीतीनं सांगितलं; व्यक्त केलं.”

“हं!” धारिणीचा राग कमी होत नव्हता.

“पण तो पुढे काय म्हणाला माहिती आहे? गुडघे टेकून?”

“काय?”

“तुझा नकार मी सन्मानानं स्वीकारला आहे. ह्यापुढे मी तुला मातेप्रमाणे समजीन.” एका क्षणात धारिणीचा राग निघून गेला. तिचे डोळे पाण्यानं भरले.

“धारिणी, ही जंगलातली सभ्यता आहे. त्यांनी अनेक पशू पाहिले. पण कोणत्याही नराला मादीवर बलात्कार करताना पाहिलं नाही. बरं झालं ते आपल्या जगात नाहीत. नाहीतर...”

“... हो...” धारिणी एवढंच उद्‌गारली.

***

ते पुढे जात होते. वाटाड्या सगळ्यात पुढे होता. तो मध्येच पाण्याच्या खळखळाटाचा कानोसा घेई. कधी जमिनीला कान लावून झऱ्यांचं आणि त्याचं अंतर शोधू पाहे. त्याच वेळी त्याची दृष्टी झाडातून दिसणाऱ्या सूर्याकडे असे. आपण घनदाट जंगलात तर शिरत नाही ना, या विषयी तो कधी साशंक व्हायचा.

त्या काही दिवसांत ते चालत राहणं त्यांच्या सवयीचं होत होतं.

चालता चालता प्रत्येक जण आपल्याला काय मिळवायचंय, जे मिळवायचं ते किती महत्त्वाचं आहे, सुंदर आहे, आवश्यक आहे ह्याचं वर्णन करत होता. त्यातल्या प्रत्येकाची स्वप्नांची ओढ ह्या प्रवासाने वाढली होती. कारण दिवस-रात्र ते त्यासाठीच कारणी लावत होते.

अधेमध्ये आदिवासी लोक भेटत होते. आपला प्रवास बरोबर चालला आहे, ह्याची वाटाड्याला खात्री व्हायची. आपली वाट आपण रेखत जाणं केवढं श्रेयस्कर असतं, हे त्याला कळत होतं.

आणि अचानक ते थांबले. समोर एक भला मोठा राजरस्ता अजगरासारखा पसरला होता.

आता मात्र सखीला राहवेना.

"आपण नगरात जाऊ या ना! किती दिवस झाले! जंगलाशिवाय दुसरं काही पाहिलंच नाही." ती आसावून म्हणाली.

"का गं? झरे, झाडं, आदिवासी माणसं, हरणं सगळं पाहिलंस की तू!" धारिणी म्हणाली,

"हो गं, पण घरं, बाजार... जाऊ या ना अभिमन्यू आपण!"

पण झालं असं होतं की, तो रस्ता पहिल्याबरोबर नगरात जावं, असं प्रत्येकालाच वाटलं होतं. खूप दिवसांत चांगलं जेवण मिळालं नव्हतं, रात्री दिव्यांचा झगमगाट पाहिला नव्हता, लोकांचं ओरडणं, घोड्यांच्या टापा हे सर्व सवयीचं होतं, पण ती सवय एवढे दिवस तोडावी लागली होती. नुसत्या आठवणीनंच जिभेवर मधुर चवी रेंगाळू लागल्या होत्या. कानांना गलबलाटीचा भास होऊ लागला होता.

"जाऊ या आपणही. एखादा दिवस नगरात राहू या. चालेल अभिमन्यू?"

"चालेल, पण पायात भिनलेली गती नगरातल्या स्थितिप्रियतेत हरवायच्या आधी आपण निघायचं. आकाशाकडे पाहणारी पंचेंद्रियं कधी पायाच्या बेड्या होतील, हे सांगता येता नाही."

"चालेल. तुम्ही म्हणाल त्या क्षणी आपण निघू या."

ते त्या राजरस्त्याला लागले. थोडं पुढे पाहिलं, तर नगरातली गोपुरं, कळस दिसत होते. आपल्या ओळखीच्या विश्वाकडे पाय वेगानं, उत्साहानं चालू लागले.

***

ते नगरात पोचले.

"अरे वा! आपल्या गावापेक्षा किती मोठं आहे नगर! चांगलाच थाटमाट आहे." नगर पाहून ते म्हणत होते.

जिथेतिथे झगमगाट, वस्त्रांची दुकानं, दागिन्यांची दुकानं, फुलं, बांगड्या, स्त्रियांची आभूषणं.... सखी तर वेडावून गेली. कुठे पाहू न् कुठे नकोसं तिला झालं. तिची दृष्टी नुसती भिरभिरत होती.

आत्ता तिच्याजवळ पैसे असते, तर तिनं सगळा बाजार खरीदला असता. ती उंच गोपुरं, सुंदर गवाक्षांची घरं....

"किती छान आहे नगर! मला तर इथेच राहावंसं वाटतं."

ती प्रत्येक गोष्ट पाहून पुन:पुन्हा म्हणत होती.

रस्त्याच्या मध्यभागी असलेलं रंगीत कारंजं तिच्या डोळ्यांतदेखील उडत होतं.

"चला, आधी जेवण घेऊ या."

ते भोजनगृहाकडे वळाले.

स्वच्छ सारवलेली जमीन, त्यावर काढलेल्या रांगोळ्या, दरवळत असलेले धूप आणि रुचकर अन्न!

किती दिवसांनी असं सवयीचं जेवण ते करत होते.

जेवता जेवता मात्र वाटाड्याच्या मनात एकच विचार पुन:पुन्हा येत होता – 'नगरात येण्याची इच्छा अशी अचानकच झपाटल्यासारखी सगळ्यांच्या मनात का निर्माण झाली?'

जेवण झालं. सगळे जण बाहेर पडले.

आणि थोड्या अंतरावर एक बांगड्यांचं मोठं दुकान सखीला दिसलं.

"मला बांगड्या घ्यायच्यात." ती लहान मुलासारखं म्हणाली.

"अगं, ह्या प्रवासात काय करायच्यात बांगड्या? कोण बघणार?" धारिणी म्हणाली.

"कुणी कशाला बघायला हवं? मीच बघेन माझा हात. बघ किती छान दिसेल!" तिनं आपला गोरा नाजूक हात तिला दाखवला.

"...आणि बघ त्या दुकानात तर मला हिरे लावलेल्या बांगड्याही दिसताहेत. किती चमकताहेत!"

त्या बांगड्यांपेक्षा सखीचे डोळे चमकत होते. ती चमक अद्वितीय होती. ज्या वेळी नियती शुभ आशीर्वाद घेऊन समोर उभी राहते, तेव्हा अशी चमक चेहऱ्यावर उमटत असते. वाटाड्या त्या डोळ्यांकडे पाहत होता.

'हिचा सूर्य कुठेतरी जवळच असला पाहिजे. ह्या क्षणी त्या सूर्याची आभा हिला घेरून आहे.' त्यानं ओळखलं.

"धारिणी, चल. तिला घेऊ दे बांगड्या. चल, सखी..."

धारिणीनं प्रश्नार्थक भुवया उंचावल्या.

"मी सांगतो म्हणून चल." अभिमन्यू तिच्या कानाशी पुटपुटला. "तिचा

किनारा जवळ आला आहे.''

''अं?''

''हो, बघू या.''

सर्व जण दुकानापाशी गेले. दुकानातल्या हिरेजडित बांगड्यांचा प्रकाश सखीच्या चेहऱ्यावर पडला होता.

''मला त्या बांगड्या बघू.''

सखीनं बोट दाखवून बांगड्यांकडे निर्देश केला, पण समोर बसलेला तरुण युवक सखीकडे पाहत राहिला.

''दाखवा ना त्या बांगड्या!''

त्या युवकाला खरंतर काही सुचत नव्हतं.

''तुमचा हात बघू... कोणता वीड लागतो, ते पाहायला हवं.''

त्यानं तिचा हात हाती घेतला. अंगठ्यापासून तळवा दाबला.

सखीचं बांगडीवरचं लक्ष उडालं. तिनं त्याच्याकडे पाहिलं. तिच्या डोळ्यांतली स्वस्थ असलेली स्वप्नांची पाखरं अचानक भिरभिरू लागली. ती किंचित लाजून हसली.

तिच्या गालावर खळी उमटली. ती खळी पाहून त्या तरुणानं आपल्या आईला हाक मारली.

''काय बेटा?'' आई आतल्या बाजूनं बाहेर दुकानात आली.

आता तरुणानं सरळ सरळ सखीकडे बोट दाखवलं.

''अगं बाई, खरंच की! अरे काढ त्या संन्याशानं दिलेलं चित्र. ही तर हुबेहूब तीच दिसतेय.''

मुलानं चित्र काढलं.

''हो आई! तीच ही... तीच...''

''काय झालं?'' चेतननं विचारलं.

''त्या संन्याशानं आम्हाला आमच्या सुनेचं चित्र दिलं होतं. ती आपण होऊन तुमच्यापर्यंत चालत येईल, असंही सांगितलं होतं. पाहा, पाहा हे चित्र!''

सगळ्यांना ते चित्र पाहून आश्चर्य वाटलं. ती सखीच होती.

''पण ती आमच्यासोबत प्रवासाला निघाली आहे.''

''आणि प्रवास असा अपूर्ण कसा सोडायचा?''

''हे बघा, त्या संन्याशानं आम्हाला तिथीही दिली होती. आज तिथीही तीच आहे. कादाचित तिचा प्रवास इथवरच असेल. तिला तिच्या आयुष्यानं योग्य त्या जागी आणून सोडलं असेल.'' त्या मुलाची आई म्हणाली.

सखी हरखून गेली होती.

''सखी, अगं ही सगळी माणसं स्वत:च्या पायाकडे बघणारीच माणसं आहेत.'' चेतन भानावर आणत तिला सांगत होता.

पण सखीची दृष्टी लाजून लाजून स्वत:च्या पायाकडे चालली होती.

''चेतन, त्या बाई म्हणतात ते बरोबर आहे. ह्या फुलपाखरी पोरीला तिचं स्वप्न गवसलं. आता ह्या क्षणी तुम्हाला काय वाटतंय?'' वाटाड्यानं विचारलं.

''लगेच प्रवासाला निघावं.''

''होय ना! मलाही तेच वाटतंच. मग अचानकच आपल्याही मनात ह्या नगरात यावं, असं का आलं? कारण तिचं स्वप्न खरं व्हायचं होतं. आपल्या मनात ती इच्छा आली नसती, तर सखी ह्या नगरात आली नसती. तिला हा जोडीदार गवसला नसता. आपण हा संकेत मानायला हवा आणि कोणतेही प्रवास संपत नसतात. हे एक महत्त्वाचं वळण तिच्या आयुष्यात आलं. ह्या वळणावरून तिला त्याच्यासोबत पुढे जायचं आहे.''

''अशी खाली मान घालणारी, त्यातही दुकानात एका गादीवर बसून असणारी माणसं प्रवास करतात?'' चेतन उद्वेगानं म्हणाला.

''ज्याचं त्याचं प्राक्तन असतं आणि त्यात ती व्यक्ती आनंदी असते. बघ तिच्याकडे. केवढी आनंदी दिसते ती! हे फुलपाखरू, बघू या आपल्या नवऱ्याला ती आपले पंख देते का... की... पंख विसरून नवऱ्यासोबत सामान्य आयुष्य जगते. आपल्याला वाटतं की, मार्ग आपण निर्माण केले आहेत. पण खरं पाहता, मार्ग आपली चाल ओढून घेतात आणि त्यांच्यावरून चालायला भाग पाडतात.''

''मग काय चलायचं आपण? हिला इथेच सोडून?''

''तिला 'चल' असंही आपण म्हटलं नव्हतं. त्यामुळे सोडायचा प्रश्न येत नाही.''

ते सखीचा निरोपच घेत होते. तो नकुलला अचानक संन्याशाची आठवण आली.

''तुम्ही त्या संन्याशाबद्दल काही म्हणालात. तो संन्याशी कुठे आहे?'' त्यानं मुलाच्या आईला विचारलं.

''ह्या रस्त्यानं गेलात, तर गावच्या बाहेर जी झाडांची सीमा आहे, तिथे एक मोठं वडाचं झाड आहे, तिथे तो बसला आहे. आपल्या कपाळावरच्या रेषा वाचता येतात त्याला; स्वप्नांच्या पंखांची फडफड ऐकू येते, असे सगळे म्हणतात. आणि आज ते खरं ठरलं. पाहा ना, आज आम्हाला केवढी सुंदर आणि गुणी सून मिळाली. तो आम्हाला म्हणालाच होता की, तुम्हाला खूप चांगली सून मिळेल. ती सुंदर असेल. तिच्या डोक्यावरचा पदर हलणार नाही. तिची पावलं उंबरठ्याबाहेर केवळ रांगोळी काढताना पडतील. ती तुमची सेवा करेल.''

सर्वांनी चमकून सखीकडे पाहिलं, पण तिच्या डोळ्यांतली फुलपाखरं त्या तरुणाच्या डोळ्यांकडे झेपावत होती. त्याचे अबोल शब्द ती ऐकत होती. त्यात त्या

बाई काय म्हणताहेत, ह्याकडे तिचं लक्षही नव्हतं.

त्यांच्या लक्षात आलं की, सखीचे डोळे आता हळूहळू पूर्ण रिकामे होतील. सगळी फुलपाखरं ती आता घरामध्ये चिकटवून ठेवेल.

त्यांनी सखीचा निरोप घेतला.

निघता निघता वाटाड्यानं तिच्या मस्तकावर हात ठेवला.

"एखादं तरी स्वप्न जपून ठेव बेटा!" त्यानं आशीर्वाद दिला.

***

ते सगळे गावाबाहेरच्या वडाच्या झाडाखाली पोचले. त्या झाडावर अनेक पक्षी किलबिलत होते. ते जसं वडाचं झाड होतं, तसंच पक्ष्यांचंही झाड होतं.

सगळे जण त्याच्या पायाशी वाकले.

"घर सोडून निघालात प्रवासाला! मोठ्या प्रवासाला अं...? बरं..." तो संन्याशी बोलता बोलता मध्येच मान डोलवत होता.

"तुम्ही घर सोडून का निघालात?" नकुलनं विचारलं.

"कुठे सोडलं बेटा घर? संन्यासी असो किंवा गृहस्थ असो, त्याला ह्या जगातच राहायचं असतं. फक्त सोबत बदलते एवढंच. आधी माझ्या सोबतीला माणसं होती, पण हळूहळू त्यांच्या अपेक्षा माझ्या आयुष्याला भाल्यासारख्या छेदू पाहू लागल्या. मग म्हटलं पुरे झालं हे असं आयुष्य जगणं नि अंगावर हे कषाय वस्त्र ओढलं. ह्या वस्त्रांचं एक बरंय, कुणी काहीच विचारत नाहीत. 'का चाललास?', 'कुठे चाललास', 'कधी येणार?' ह्या प्रश्नांची उत्तरं बरेचदा आपल्याही माहीत नसतात. माहीत असली, तरी ती नीटपणे आपण सांगू शकत नाही. सांगितली, तरी समोरच्याला कळत नाहीत. साक्षात्काराचं वर्णन करणं कसं अवघड आहे, तसंच हेदेखील असतं." संन्याशानं बरंच लांबलचक उत्तर दिलं.

"पण असं एकटं?" नकुलची शंका.

"कुठे एकटा आहे मी! मुद्दाम ह्या झाडाखाली बसतो. वर पक्ष्यांची असंख्य घरटी आहेत. त्यांची भांडणं, पक्षिणीचं त्यांच्या पिल्लांना भरवणं, रागावणं, पिलांचं ओरडणं... पक्षी असले तरी काय झालं! त्यांचे संसार आहेत, भावना आहेत. आणि हे झाड, ते तर भलतंच सोशिक. आणि जगण्याचाही सोस पाहा ना केवढा! पारंब्या सोडून पुनर्जन्म घेत राहतं बेटं! पण पक्ष्यांवर फार जीव! चांगलं सांभाळतं. पानांपानांतून प्रेम देतं. म्हणून तर एवढे पक्षी येतात इथे! नाही तर इतर झाडं नाहीत का? ते बघा पिंपळाचं झाड, तुसडं! त्याच्यावर फक्त मधमाशाच पोळं करून राहतात."

"झाडांचं काय एवढं!"

"कसं नाही? त्यांची एक वेगळी सृष्टी आहे. आपल्याला त्यांची भाषा कळत

नाही, म्हणजे ती बोलत नाहीत असं नसतं. पानापानातून संदेश जात असतात. वारा, पाऊस ह्यांच्याशी भाषा बोलली जाते. आणि झाडाचं प्रेम निरपेक्ष असतं. त्यांच्याजवळ माणसांसारखे अपेक्षांचे भाले नाहीत. नुसतं पाणी टाकावं म्हटलं, तर ह्या झाडाची मुळं जमिनीत खोलवर जात पाणी शोधतात. आपली तहान आपणच भागवतात. जसे तुम्ही निघाला आहात, आपल्या स्वप्नांची तहान भागवायला.''

''अं? तुम्हाला कसं कळलं आमच्याबद्दल?''

''मला झाडांची भाषा, पक्ष्यांची भाषा कळते, तर माणसाच्या मनाची भाषा नाही कळणार?''

संन्यासी नि:संग होता. सगळ्या जगाकडे तो विलक्षण आत्मीयतेनं बघत होता.

त्याला बहुधा वाऱ्यात आणि उन्हातदेखील प्राण दिसत होते. कारण वाऱ्याचा एक झोत जोरानं आला. बाजूचं नाजूक, लहानसं बहाव्याचं झाड बुंध्यातून लवलवलं.

''अरे, हळू हळू जरा. त्या झाडाला तोडायची मनीषा आहे का? असं करू नाही. वाढू दे त्याला. शेवटी ही झाडंच तुला दृश्य स्वरूपात व्यक्त करतात ना? ती हलतात, तेव्हा कुठे कळतं की, तू आला आहेस.''

वाऱ्याला त्याचं बोलणं बहुधा कळलं असावं. वारा थांबला.

''वाऱ्याला तुमचं बोलणं कळलं, असं तुम्हाला वाटतं की काय?'' चेतननं थोडसं डिवचत विचारलं.

''मला काय वाटतं ह्याला महत्त्व नाही. निसर्गाला काय वाटतं ते महत्त्वाचं आहे. आपण विनंती करत राहावी. निसर्ग एकदा तरी ऐकतो.''

''ह्याला आम्ही योगायोग म्हणतो.''

''असेल. मी विनंती म्हणतो. कारण निर्जीव निसर्गातच चैतन्य विखुरलेलं असतं. तेच घेऊन आपण जन्मलेले असतो. आईच्या कुशीच्या आधी आपण निसर्गाच्या कुशीतून जन्मलेले असतो. म्हणून जिवाचा कान करून निसर्गाचे पायरव ऐकत जावेत. जोरात आलेला वारा किती वेळ वाहत राहणार, हे आपल्याला हळूहळू कळायला लागतं. आलेला पाऊस संततधार धरणार की काही वेळात कोसळून मोकळा होणार, हे कळू लागतं. माणसं प्रवासाला का निघतात, त्यांना कोणती स्वप्नं हवी असतात, हे कळू लागतं.''

''मग सांगा बरं मला कोणतं स्वप्न हवं आहे?'' नकुल उत्सुकतेनं म्हणाला. संन्यासी हसला.

''तुला माहीत आहे? वाऱ्याला आई-वडील नसतात, तेव्हा तो सर्व दिशांनाच आपली आई मानतो अन् आकाशाला पिता.''

नकुलला ते शब्द त्याच्या जीवनाच्या जवळपास आल्यासारखे वाटले.

''तुम्ही कोणतं स्वप्न पाहणार, ह्यापेक्षादेखील तुमचं कोणतं स्वप्न सत्यात

येणार आहे, हे महत्त्वाचं असतं.''

"बरं, मग मला सांगा, माझं कोणतं स्वप्न सत्यात येणार आहे?''

"ठीक आहे, पण स्वप्नांचं भविष्य न सांगण्याचं मला बंधन आहे. ते भविष्य सांगितलं, तर स्वप्नांची वाट चालणाऱ्यांची गती कमी होते. मी तुला कागदावर लिहून देतो. पण मला वचन दे की, ते स्वप्न हस्तगत झाल्यावरच तू हा कागद उलगडशील. आणि तसंही जर तू तो कागद आधी उलगडलास, तर तुझी चालण्याची गती कमी होईल, कदाचित थांबेलच. तेव्हा तू ठरवायचंस की, कागद उलगडायचा की नाही.''

संन्याशाने एक काडी उचलली. बाजूच्या राखेवर पाणी टाकून तो राखेनं कागदावर लिहू लागला.

"अहो, तुम्ही माझ्या स्वप्नाबद्दल राखेनं काय लिहिता?'' नकुल धास्तावून म्हणाला.

"घाबरू नकोस. मरण माणसांना असतं, स्वप्नांना नाही. शेवटच्या श्वासाक्षणी स्वप्नं अलगद उडून दुसऱ्या हृदयाच्या घरट्यात जाऊन धडधडू लागतात. राखेतूनही एक पुराणपक्षी जन्मतो. तसंच स्वप्नही राखेतूनसुद्धा जन्मतं. कदाचित तो पुराणपक्षी म्हणजेच स्वप्न असेल. माणूस ज्या तऱ्हेनं दंतकथा निर्माण करतो, तसं इतर कुणीही निर्माण करत नाही.'' संन्यासी मनसोक्त हसला.

"तुम्हीही मघापासून जे बोलता आहात, ते दंतकथेहून काही वेगळं नाही.''

"बरोबर आहे. दंतकथा एखाद्या सत्याला वैश्विक स्तरावर नेण्यासाठी जन्म घेते. ती स्थळ, काळ, व्यक्तीच्या पलीकडे असते. कारण सत्यही तसंच असतं. सगळ्या पलीकडं.''

"बरं, मलाही सांगा माझ्या स्वप्नाबद्दल.'' एक-एक जण पुढे येत म्हणालं. शेवटी धारिणीही पुढे आली.

"मलाही.''

"तू अजून स्वतःला ओळखलं नाहीस? तू तर स्वप्नाला जन्म देणारी. पण तरी... घे हा कागद आणि तुम्ही सर्व लक्षात ठेवा, तुमची स्वप्नपूर्ती झाली, म्हणजेच तो कागद वाचायचा. चला, आता निघा पाहू. मला कंटाळा आला तुमच्याशी बोलून. मी तुमच्या स्वप्नांचा एवढा वेळ विचार का केला?''

"तुम्ही आमच्या स्वप्नांबद्दल फारच थोडं बोललात.'' वाटाड्या म्हणाला.

"अरेच्या, असं वाटलं तुला? पण मला तर वाटतंय की, मी फक्त तुमच्या स्वप्नांबद्दलच बोललो. जाऊ द्या. आज माझं बोलणं विसरा, उद्या आठवा.''

"पण तुम्ही संन्यास का घेतला?'' वाटाड्यान विचारलं.

"ज्ञान मिळाल्यावर संन्यास का घ्यायचा, ह्यामागेही कारण आहे. ज्ञान काळाची

बंधनं नाहीशी करतं. भूत, वर्तमान, भविष्य ह्यांना मिटवतं. त्यामुळे ज्ञान मिळवलेला संपर्कात येणाऱ्यांचं आयुष्य वाचू शकतो. आणि आयुष्य वाचण्याएवढी अवघड गोष्ट दुसरी नसते. डोक्यावरून पदर घेऊन आलेली गृहिणी दुसऱ्या कुणाशी अभिसार करते. कोणी धनाढ्य माणूस गरिबाच्या घरचा अखेरचा सोन्याचा मणी तारण म्हणून ठेवून घेतो. नरेश म्हणून वावरणाऱ्या व्यक्तींमधली नृशंसता, पाशवी वृत्ती, कामांधता पाहिली की, उबग येतो. माणसाएवढा खोटा प्राणी निसर्गात कुणी नाही. निसर्गानं दिलेल्या सर्व शक्तींचा वापर अधिकतर माणसं खोटं वागण्यासाठी करत असताना एखाद्या लहानग्या बाळाचा अकाली मृत्यू समोर दिसतो, तर वृद्धाचं अंथरुणाला खिळून येणारं मरण मला यातना देतं. भरलेला वाडा उजाड होणार असतो, तर झोपडीत रत्नांचे दीप तेजाळणार असतात. काळांची गफलत झाल्याने नको ते ओठून निघून जाऊ नाही, म्हणून ज्ञानी माणसाला संन्यास घ्यावा लागतो. लोकांचा सहवास टाळावा लागतो. तुम्हा लोकांचा निर्धार चेहऱ्यावर स्पष्ट दिसतोय, म्हणून तुमच्या स्वप्नांची जातकुळी कागदावर लिहून दिली. मात्र तो कागद शेवटी वाचायचा.''

''पण आधीच लोकांना त्यांचं भविष्य सांगितलं, तर काय हरकत आहे?''

''भविष्य कळलं की, एकतर माणूस निराश होतो किंवा समाधानी होतो. आणि ह्या दोन्ही अवस्थांत तो चालणं विसरतो. जीवनाचा गुणधर्म काळासोबत, सूर्यासोबत बांधला गेलेला असतो. काळ, सूर्य सतत चालत असतात. त्या गतीत हृदयही चालत असतं. तसंच जीवनही चालत असतं. जीवनाला खंडित करण्याचा अधिकार कुणालाही नाही; संन्याशालाही नाही.''

''पण ह्यातून तुम्हाला कीर्ती मिळेल ना!'' चेतन म्हणाला.

''कीर्ती म्हणजे काय?''

''कीर्ती म्हणजे...'' तो अडखळला.

संन्यासी हसला.

''कीर्ती म्हणजे दुसऱ्या माणसाला आपलं नाव माहिती असणं. एकाऐवजी अनेक. बस एवढंच!'' संन्याशानं सांगितलं.

''हे 'बस एवढंच' कसं असेल? हे तर महत्त्वाचं आहे. कीर्ती एका माणसासोबत त्याच्या कुळाला प्रसिद्ध करते.'' चेतन समाधानी नव्हता.

''हं, आपलं कूळ एका जागेशी गेलेलं असतं. त्याचा आपला असा आवाका असतो. काळाचा, स्थानाचा आवाका. जे काही होणार, ते विशिष्ट काळाच्या तेवढ्या लाटेपुरतं, तेवढ्या स्थानाच्या मुळापुरतं. पण तुझंही बरोबर आहे. आपलं नाव अनेकांच्या ओठी असणं हे आनंददायी असतं. ते मी सुरुवातीच्या अवस्थेत अनुभवलंय. ह्या पहिल्या पायरीवर तू उभं राहायलाच हवंस. तू आणि तुझं कूळ,

तुझा वंश...'' संन्यासी कुठेतरी शून्यात पाहत होता.

''आपलं कूळ... मलाही असंच वाटायचं. ह्या कुळात असायची माहीत असलेली मृत पावलेली माणसं. आपल्या आधीच्या पिढीतली मृत्यूच्या आसपास वावरणारी माणसं, आपण आणि आपल्यानंतर जन्मलेली माणसं. इतर माणसांसारखीच माणसं, पण आपल्या घरात जन्मलेली म्हणून आपली.''

''असं कसं? आपल्या कुळाचा रक्तांश....''

''हं... कुळाचा रक्तांश! कुळातला पुरुष आणि लग्न होऊन येणारी कुळाबाहेरची वधू. येणारं बाळ तिचा अर्धा रक्तांश आणि कुळाचा अर्धा रक्तांश घेऊन येतो. हे बाळ मोठं होतं. कुळाच्या अर्ध्या रक्तांशासह त्याला होणारं मूल त्या अर्ध्याच्या अर्ध्या रक्तांशाला आणि त्याच्या आईच्या अर्ध्या रक्तांशाला घेऊन जन्मतं. हीच साखळी वर्षानुवर्षापासून चालू असणारी. आणि चालत राहणारी. त्यात कुळाच्या मूळ पुरुषाचा रक्तांश किती उरतो? हा एक विचार करण्याचा विषय आहे, पण असो. आपल्या तीन पिढ्यांपुरतं का होईना, कूळ आपण मानतो. रक्ताचं नातं म्हणूच. ही रक्ताची नाती खूपदा एकमेकांच्या रक्तालाच चटावलेली असतात. त्याला कारणंही हे कूळच देतं. आईवडलांचं कमी-अधिक प्रेम, स्थावर जंगम संपत्ती, अधिकार, वाटण्या... माणसाला वाटण्या फार महत्त्वाच्या वाटतात. घरापासून सुरू होणाऱ्या वाटण्या जाती, धर्म, देशापर्यंत येऊन पोचतात. म्हणून संन्याशी सगळ्यांपासून दूर होतो. जातिधर्मापासून, कर्मकांडापासून, इतर भेदांपासून. त्यानं स्वत:च्या जगण्याचा आणि मृत्यूचा भेद संपवलेला असतो. म्हणून संन्यास घेतल्यावर स्वत:चं श्राद्ध स्वत: करून तो कुळाचा, स्वत:चा संबंध तोडतो आणि विश्वाशी आपल्या जाणिवा विखरून विश्व त्याचं कूळ होतं. हे साधणंदेखील अवघड असतं. नुसतं संन्यास घेऊन कषाय वस्त्र धारण करून काही होत नाही. वृत्तींचा संन्यास घ्यावा लागतो. बरं, ही कीर्ती तू कोणत्या गुणावर मिळवणार?''

''कीर्तीसाठी कोणतंही कारण पुरतं. मी हा प्रवास केला आहे, हे कारणदेखील पुरेसं आहे. असे अवघड प्रवास जन्मभराची कीर्ती देऊन जातात. कोणत्या शिखराच्या माथ्यावर कुणी पाऊल ठेवलं, ह्याची नोंद जग घेत असतं.''

''पण हे फार वरवरचं आहे, असं नाही वाटत तुला?'' संन्याशानं विचारलं. ''नुसत्या एका प्रवासाचं भांडवल करून...''

''कीर्ती मिळवणारा माणूस कशानाकशाचं भांडवलच करत असतो. कुणी दानाचं, कुणी दयेचं, कुणी परोपकाराचं.'' चेतन.

''अशी कीर्ती मिळालेली माणसं त्यांच्या त्या त्या गुणांच्या परमबिंदूला पोचली होती.'' संन्यासी.

''मीही जाईन. कारण कीर्ती माणसाला किती सुखावते, ते मी पाहिलंय. अनेक

कलावंतांना, विचारवंतांना पाहिलंय. कितीही 'स्वान्त सुखाय' म्हटलं, तरी कलावंताचा 'स्व' हजारो लोकांपर्यंत गेलेला मी पाहिला आहे. आणि त्या हजारोंनी वाखाणणं ही त्यांच्या प्रतिभेची गरज असते. श्रीमंत माणसं हजारो लोकांना अन्नदान करतात, त्यामागे आपलं नाव त्यांच्या ओठी असावं, असं त्यांना वाटत असतं. जेवणारा त्यांचं नाव घेत जेवतो. आपण स्वत: अनेकांना माहीत असावं, असं वाटणं अगदी स्वाभाविक आहे, असं मला वाटतं. ह्या ना त्या रूपानं माणूस तसा प्रयत्न करतो. त्यालाच आपण कीर्ती म्हणतो. एकदा तर एका माणसानं नाव मिळावं, म्हणून दहा माणसांचा खून केला होता.''

''मग ह्या प्रवासापेक्षा ते सोपं होतं की!'' संन्याशानं हसत म्हटलं.

''त्या माणसाला काय मिळालं ते मी पाहिलंय. त्याला जे मिळालं, ते मला नकोय. त्याचं नाव हजारोंना कळालं, पण त्याला ज्या काळकोठडीत ठेवलं, तिथे त्याचा सूर्य, चंद्र, वारा, नाती ह्या सगळ्यांना तो पारखा झाला. शिवाय हिंसेवर माझा विश्वास नाही. माझा विश्वास माझ्या रंगांवर आहे, रेषांवर आहे आणि माझ्या तिरस्कार करणाऱ्या स्वजनांवर आहे. रंग जिवंत होणं ही जेवढी माझी गरज आहे, तेवढी गरज मला कीर्तीची आहे. स्वजनांच्या तिरस्कारावर तेवढंच एक उत्तर आहे.'' चेतन म्हणाला.

''मग अहिंसक म्हणूनही तुला कीर्ती मिळू शकेल.''

''माझी थट्टा करताय?''

''नाही. तुला कीर्तीचा एक सन्माननीय मार्ग सांगतोय. कीर्ती जेवढी नावासाठी असते, त्याहून कितीतरी अधिक मनासाठी असते. मनाची फसवणूक करून मिळवलेली कीर्ती नावासोबत टोचणीही आणते. अहिंसा हे एक अमरतत्त्व आहे. जगाच्या कारणभूत तत्त्वांपैकी एक आहे. मग त्याचाच उद्देश समोर ठेव ना!''

''अं... हो. तुम्ही म्हणताय तेही खरंय. हा एक चांगला उद्देश आहे. कीर्तीचा माझा मार्ग!''

संन्यासी गूढ हसला.

''जवळ काही तरी बाळग. जवळ काही नसेलच, तर पुढे तू संन्यास घेणार कशापासून? मिळमिळीत जीवनापासून घेतलेला संन्यासही मिळमिळीत असतो. जगण्याच्या जबरदस्त संचितापासून घेतलेला संन्यासही तेवढाच निग्रही आणि अर्थपूर्ण असतो. काही मिळवलं की, मगच काय मिळवायचं राहिलं, ते कळतं. पण तुमची वाटचाल चांगली होणार हे निश्चित! तोवर माझं बोलणं विसरा. नंतर आठवा.''

संन्याशानं डोळे मिटून डोळ्यावाटे आत शिरणाऱ्या दृश्य जगाच्या वाटा बंद केल्या.

सर्वांनी आपापल्या चिठ्ठ्या जपून ठेवल्या होत्या. भलेही तो संन्यासी

विक्षिप्तासारखा बोलत असेल किंवा पेटलेल्या लाकडावर पाणी टाकावं, तशी त्याची भाषा परावृत्त करणारी असेल, पण त्याच्या बोलण्यात तथ्य होतं.

"तो काय म्हणत होता अभिमन्यू? ह्या जंगलातल्या वाटांपेक्षा मला त्याचं बोलणं गहन वाटलं." चेतननं विचारलं.

"हं. वाट शोधणं सोपं असतं. कारण वाट ही एकमेव असते, पण शब्दांच्या वाटा अवघड असतात. एक शब्द अनेक वाटा दाखवतो आणि त्याची खरीखुरी वाट त्याहूनही वेगळीच असते. तो शेवटी काय म्हणाला आठवतंय ना! 'आज माझं बोलणं विसरा, पण उद्या आठवा.' बघू या, उद्या त्या शब्दांचा अर्थ उलगडला तर!" अभिमन्यू उत्तरला.

***

हळूहळू जंगल दाट होत होतं. अभिमन्यूला वाट शोधायला त्रास होत होता. कधी मध्ये मोठमोठे प्रवाह येत होते. कधी बाभूळबन, तर कधी घनदाटपण! पण सूर्याच्या प्रकाशावरून आणि पाण्याच्या रोखानं ते चालत होते.

हळूहळू जंगल अभिमन्यूसाठी अनोळखी होऊ लागलं. झाडांचे प्रकार बदलले. झाडं आता सूचिपर्णी होऊ लागली. मोठमोठे पहाड समोर दिसू लागले. गारवा वाढू लागला.

वाटाड्या चिंतित होत होता.

"काय झालं अभिमन्यू?" त्याला चिंतित झालेलं पाहून कांचननं विचारलं.

"प्रवास अवघड होत चालला आहे. असे शंभर पहाड पार करण्याचा विक्रम आपल्याला करायचा नाहीये. आपल्याला विशिष्ट ठिकाणी पोचायचं आहे आणि हे जंगल तर आता रूप बदलायला लागलंय. मला काळजी वाटते."

त्याला हवालदिल झालेलं पाहून सगळे त्याला धीर देऊ पाहत होते.

"तू शांत राहा अभिमन्यू. असा संभ्रमित होऊ नकोस. आम्ही प्रवासाला निघालो होतो, ते स्वतःच्या बळावर ना! मग आता तर आपण एवढे सगळे आहोत. सगळे मिळून शोधू की वाट!"

"तीच तर भीती आहे."

"का?"

"एक डोकं शंभर तऱ्हेनं विचार करतं. इथे तर पाच-सहा डोकी आहेत. ती किती तऱ्हेनं विचार करतील! खरंतर दहा जण मिळून कधी विचार करंतच नसतात. ते नुसतं आपलं मत विचार म्हणून सोडून देत असतात. अशी मतं त्या स्थानापर्यंत नाही पोचवू शकत."

अभिमन्यू खूपच अस्वस्थ होत होता.

"का दिली त्या शक्तीनं ही जबाबदारी माझ्यावर? माझ्यात एवढी लायकी तरी

आहे? आणि मी ह्यांना नाही पोचवू शकलो तर! समोर हे थंडीनं गारठलेले पर्वत, अनोळखी झाडं...''

त्याच्या मनाच्या तारा ताणल्या गेल्या होत्या. रात्री त्याला झोप लागली नव्हती. रात्रभर जागून अखेर पूर्वेचा शुक्र फिकटसर व्हायला लागला, तेव्हा तो उठलाच. जवळच्या नदीवर गेला. आधीच्या नद्या शांत होत्या, पण ह्या नद्यांचा खळाळ काही वेगळाच होता. स्वच्छ, शुभ्र पाणी! निर्मळता काय असते, हे तिथे कळत होतं.

तो डोळे मिटून बसला.

''हे सूर्या, तू स्वप्नांच्या, सत्याच्या तेजाच्या मार्गानं जात असतोस. आज तुझ्यातली ती क्षमता मला दे. सूर्या, तुझं अधांतरी चालत राहणं खरोखरच अनाकलनीय आहे. पण तू ज्या दिशेला जातोस, तिथे सावल्यांनाही जन्म देत जातोस, ही तुझ्या प्रकाशाची किमया आहे! अंधारात सावली नसते, पण तुझं हे प्रचंड तेज सावलीला जन्म देतं, ही खरंच जादुई घटना वाटते. ही तुझी क्षमता माझ्यात येऊ दे. तुझ्यासारखेच आम्ही सर्व काहीतरी शोधायला निघालो आहोत, पण तुझ्यासारखं दिशांचं ज्ञान आम्हाला नाही. तुझ्यासारखे अद्वितीय नेत्र आमच्याजवळ नाहीत की, जे मार्ग शोधू शकतील; पण माझ्यावर कृपा कर. तुझं तेजगर्भ घेऊन मी जन्मलोय, हे लक्षात घे आणि तुझी मार्ग पारखायची क्षमता मला दे. मला त्या पाच जणांना पोचवायचं आहे.''

त्यानं हाताची ओंजळ केली होती आणि ती सूर्याच्या दिशेनं धरली होती. बंद डोळ्यांतून पाणी घळघळत होतं. हळूहळू हातांच्या ओंजळीत सोनेरी किरणं जमा होऊ लागली.

त्यानं ती किरणं आपल्या चेहऱ्यावर, डोक्यावर लावली; अतीव श्रद्धेनं! त्याच्या बंद डोळ्यांपुढे अद्वितीय प्रकाश लखलखला. प्रकाशाची वर्तुळं एकमेकांतून निघत एकमेकांत मिसळत गेली.

त्या क्षणी त्याच्यासाठी काळाची गती थांबली होती. तो कालातीत झाला होता. त्या प्रकाशात त्याचं अस्तित्व विरघळत होतं आणि पुन्हा घडतही होतं.

''अभिमन्यू, अरे चल. किती वेळ थांबायचं!'' त्याला कांचननं हलवलं.

अभिमन्यू भानावर आला. तोवर कांचननं झटका लागल्यागत हात मागे घेतला.

''अरे! केवढा तापलाहेस तू!''

''...'' अभिमन्यूला कोणाशी बोलावंसं वाटत नव्हतं.

''चला, जाऊ या ना! मला तो परीस...'' कांचन म्हणाला.

अभिमन्यू उठला.

"चला..." त्याचा आवाज त्यालाही अपरिचित भासला.

सगळे निघाले.

समोर अवघड होत चाललेला मार्ग दिसत होता, पण अभिमन्यूची द्विधा अवस्था संपली होती.

"हं, इकडून या."

"अरे, तिथे तर वेली आहेत.!"

"वेली कसल्या? वाट आहे. माझ्यावर विश्वास नाही का?"

समोर अवघड रस्ता दिसत असतानाही केवळ अभिमन्यू म्हणतो, म्हणून सर्वांनी विश्वासानं पाऊल ठेवलं आणि खरोखरच तिथे वाट होती.

थोडं पुढे गेल्यावर समोरच्या पाचोळ्यासमोर अभिमन्यू एकदम थांबला.

"अरे! साप आहे."

"कुठे?"

"तो काय?" अभिमन्यू पाचोळ्याकडे बोट दाखवत म्हणाला.

"अभिमन्यू, तुला दृष्टिभेद झाला की काय! कुठाय साप? हे बघ." चेतननं बाजूची काडी उचलून पाचोळ्याला हलवलं आणि सगळेच दचकले. एक नाग फुत्कारत बाहेर पडला.

सगळे अवाक झाले.

हे काय भलतंच!

"अभिमन्यू, तुला तो नाग दिसला होता?"

"हो!"

"बरं, आता समोरची वाट दिसतेय?" समोर पायवाटेसारखंही काही न दिसणाऱ्या जमिनीकडे पाहत चेतननं विचारलं.

"हो, ही काय! वाट स्पष्ट आहे ह्या झाडापर्यंत. तिथून वळण घेऊन पुढे... त्यानंतर एक खड्डा आहे मोठा. तिथून वळणं घेऊन बर्फाच्या प्रदेशाकडे. आपण बहुधा जवळ आलो आहोत."

सगळे एकमेकांकडे पाहत होते. सगळ्यांच्या चेहऱ्यावर आश्चर्य पसरलं होतं.

"काय झालं? सगळे एवढे आश्चर्यचकित का झाला आहात?"

"अभिमन्यू, तुला जे दिसतंय, जे तू आत्ता सांगतो आहेस त्या वाटा, खड्डा, ते फक्त तुला दिसतंय आणि खरंच दिसतंय."

आता अभिमन्यू आश्चर्यचकित झाला.

"धारिणी, हा म्हणतोय ते खरंय?"

"हो अभिमन्यू, अगदी खरंय. जो मार्ग आम्ही पाहू शकत नाहीये, तो मार्ग तुम्हाला दिसतोय. खरं सांगू, आज तुम्हाला परमेश्वरानं खरा खरा 'वाटाड्या' केलं.

किती आभार मानावे त्या परमेश्वराचे! तुमच्यामुळे आम्ही आता निश्चित पोचू. हे परमेश्वराचे आशीर्वाद आहेत.''

अभिमन्यू पुन:पुन्हा आपले डोळे चोळत होता, पण पुढच्या सुस्पष्ट वाटा काही पुसल्या जात नव्हत्या.

'खरंय, ह्या लोकांनी मनापासून स्वप्नं जपलीत. त्यासाठी ते एवढ्या मोठ्या प्रवासाला निघालेत. म्हणूनच परमेश्वराने मला ही दृष्टी दिली. परमेश्वर कुठे नसतो? स्वप्न पाहणाऱ्यांच्या स्वप्नात, वाट दाखवणाऱ्याच्या दृष्टीत आणि चालणाऱ्यांच्या पायातदेखील! त्याशिवाय का दीड हात लांब पाय कोस अंतर पार करू शकतात! पण... तो सहावा... कधीतरी प्रवासात भेटेल. कदाचित काही पावलं उरली असताना, कदाचित अंतिम पावलाला! पण मला चुकीचा निरोप कसा मिळाला? छे, छे! प्रकाशाची पावलं घेऊन येणारा चुकीचा निरोप कसा सांगेल! मीच चूक ऐकलं असेल. पण हे पाच... नाही आता पाच नाहीच... चार! ते फुलपाखरू तर... कुणास ठाऊक... उडतंय की पंख हरवून बसलंय!'

त्याला सखीची आठवण आली.

''कोवळी, गोड पोर!'' तो उद्‌गारला.

***

ते मोठ्या प्राचीन नगरीत पोचले.

मोठं तीर्थस्थान. जिथून बर्फाचा प्रदेश सुरू होत होता, अशी ती नगरी; पण सरळ जाताजाताच अचानक कांचनच्या काही मनात आलं.

''आपण एवढ्या दूर प्रवास करून आलो आहोत. मला वाटतं, ह्या तीर्थस्थानाचं आपण दर्शन घ्यावं. इथल्या नदीत स्नान करावं.''

''अरे, ही नदी जिथे उगम पावते, तिथे जाणार आहोत ना आपण?''

''हो, पण तिथे ती केवळ पाण्याच्या धारेच्या रूपात आहे, असं ऐकलंय मी. इथे तिचं पात्र विशाल आहे. नदीचं प्रत्येक रूप वेगवेगळं असतं. पाहू या की आपण! कितीतरी देवांच्या मूर्ती...'' कांचन म्हणाला.

''मूर्तिबद्ध झालेला परमेश्वर तुला पाहायचा आहे?''

''अंऽऽ असं काहीतरी म्हणू नकोस. मी तर ठरवलं आहे की, एकदा परीस हाती आला की, मी परमेश्वराची सोन्याची मूर्ती करणार.''

''सोन्याची मूर्ती तुला आवडते रे, पण तुझ्या परमेश्वराला आवडते का, ते विचार. माझ्या मते तर परमेश्वराला मातीची मूर्ती अधिक आवडेल. कारण मातीत जीवन जन्म घेतं.''

''तुझी मतं फार अवघड आहेत स्वीकारायला, पण जाऊ आपण.''

आणि सगळ्यांनीच जाण्याची हमी भरली.

"बरंय... चला..." अभिमन्यू तीर्थक्षेत्राच्या घाटाचा रस्ता दाखवू लागला.

हादेखील काही परमेश्वरी संकेत असेल, त्याला वाटलं.

ते घाटावर गेले.

सगळ्यांची दर्शनं घेऊन झाली. सर्वच एकसारख्या श्रद्धेने मूर्तीपुढे वाकत होते.

ते घाटावरून परतत होते, तो एका भिकाऱ्यानं त्यांना अडवलं.

"काही द्या."

"अरे बाबा, आम्हीच अवघड प्रवासाला निघाला आहोत. हे बघ, काही नाही आमच्याजवळ."

कांचनजवळ एक नाणं होतं. त्यानं ते काढलं आणि भिकाऱ्याला दिलं आणि कांचन क्षणभर भिकाऱ्याकडे पाहत राहिला. त्याचे डोळे भिकाऱ्याचे डोळे नव्हते. त्या डोळ्यातून तेज बाहेर पडत होतं.

तो कांचनकडे पाहत हसला.

"आपलं शेवटचं नाणं जो भिकाऱ्याला देतो, तो खरा दाता. तू आज तुझं शेवटचं नाणं मला दिलंस." त्यानं आतल्या अंगरख्यातून एक वस्तू काढली आणि कांचनसमोर धरली.

"हे घे. माझ्याकडून तुला भेट. आशीर्वाद समज!"

"काय आहे हे?"

"ते मला उपयुक्त नाही. तुझ्या कामी येतं का बघ."

ती दगडासारखी वस्तू भिकाऱ्याच्या, त्याच्या तेजस्वी डोळ्यांचा मान ठेवायला कांचननं आपल्या खिशात ठेवली.

"कुठे चाललात तुम्ही?" भिकाऱ्यानं विचारलं.

"बर्फाच्या प्रदेशात. स्वप्नांच्या शोधात."

"स्वप्नं! ती फुलपाखरासारखी असतात. ह्या फुलावरून त्या फुलावर उड्या मारणारी!"

"नाही नाही, ती कित्येक वर्षांपासून आमच्या मनात रुजली आहेत; अगदी पक्की!" ते सगळे एकदमच बोलले.

"बरं तसं, पण बर्फाच्या प्रदेशात जाताना तुम्हाला बऱ्याच वस्तू लागतील. कडेकपारी चढायला कुऱ्हाडी, पहारी, दोर, गरम कपडे..."

"काय? एवढं सगळं?"

"हो. बर्फात चढणं अवघड असतं. पाय रोवायला बर्फ खोदावा लागतो. पावलापावलाला पहार रोवून बर्फ जमिनीवर आहे की तरंगतो आहे, हे पाहावं लागतं. नाहीतर बर्फात पाय घालावा आणि दरीत कोसळण्याची वेळ येते. लोखंडी मोठमोठे गळ लागतील, आकडे लागतील, कारण तसा प्रवास अवघड आहे."

"अं... प्रवास अवघड! आम्हीही केवढा अवघड प्रवास केला. केवढं घनदाट जंगल होतं ते!"

"हं, पण त्या प्रवासाची तुम्हाला सवय झाली आहे. ह्या प्रवासाचं रूप अगदी वेगळं आहे. तिथे तुम्ही सामान्य वातावरणातच होता, पण पुढचं वातावरण नेहमीपेक्षा वेगळं असेल. रक्त गोठायला लावणारी थंडी, कधी भुसभुशीत, तर कधी फसवा बर्फ, खुणांसाठी असलेली पानंविरहित झाडं, खायला कधी क्वचित मिळालं तर. अधल्यामधल्या वस्तीत लोक चांगले आहेत. देतात. फक्त पुरवून खायचं. जेव्हा पर्वत चढायला लागाल, तेव्हा सुका मेवा, काही खाण्याचे पदार्थ जवळ ठेवा."

"बरीच माहिती आहे तुला भिकारी असूनही!" नकुल म्हणाला.

"एवढी माहिती मला आहे, हे जाणूनही तू मला भिकारी म्हणावंस, ह्याचं मला आश्चर्य वाटतं. जे आपल्याजवळ नसतं, ते माणूस मागतं. तुमच्याजवळ पुढच्या प्रवासाची माहिती नाही. माझ्याजवळ खायला नाही. प्रत्येक माणूस कुठल्या ना कुठल्या प्रकारे भिकारी असतोच की! म्हणून तर त्याला स्वप्नं पडतात. आणि ज्यांच्याजवळ सगळंकाही हजर आहे, त्यांच्याजवळ पाहायला स्वप्नंच उरत नाहीत, म्हणून ते स्वप्नांचे भिकारी असतात. पण जग केवळ फाटके कपडे घालणाऱ्या आणि खायला अन्न नसणाऱ्यालाच भिकारी का म्हणतं, ते जगच जाणे. खरंतर माझं भिकारीपण चटकन संपणारं असतं. एकदा खायला दोन घास मिळाले की, मी माझा राजा असतो."

"राजा!" नकुल उद्गारला.

"ज्याला कशाची गरज उरली नाही, तो राजा! मला मधले आठ तास कशाचीही गरज उरत नाही. एक लक्षात ठेवा, जेवढ्या गरजा जास्त, तेवढी भिकारी व्हायची गरज जास्त. खूपदा आपण गरजा आवश्यक आहेत म्हणून ज्या वस्तू मिळवतो, त्या एकदा मिळाल्या की, आपल्याला त्यांचं फोलपण कळतं; पण ह्या गोष्टींचाही शेवटी अनुभव घ्यायचा असतो. दुसऱ्यानं सांगणं ही केवळ माहिती असते; पण जेव्हा ते आपण अनुभवतो, जाणतो, तेव्हा ते ज्ञान होतं. स्वानुभवच ज्ञान असतो. तसं 'ज्ञान ज्ञान' म्हणवणारं काही फार मोठं असत नाही. फक्त विशिष्ट परिस्थितीनुरूप बदलत जातं. वेगवेगळ्या परिस्थितींना वेगवेगळं ज्ञान लागू पडतं. आता बर्फात कसं जायचं, हे मी तुम्हाला सांगतोय, कारण त्या गोष्टीचं मला जे ज्ञान आहे, ते तुम्हाला नाही. पण जेव्हा तुम्ही प्रवास कराल, बर्फावर तीव्रतेनं परावर्तित होणारा सूर्यप्रकाश सहन कराल, थंडीला कसं सामोरं जायचं, हे शिकाल तेव्हा तुम्ही ज्ञानी व्हाल; बर्फातल्या प्रवासाचे ज्ञानी!"

त्याला किती बोलू न् किती नको, असं झालं होतं.

सगळेच त्याचं बोलणं मन लावून ऐकत होते. थोडे आश्चर्यचकितही होत होते. हा माणूस भिकारी नाही, हे एव्हाना त्यांच्या लक्षात आलं होतं.

''बर्फाच्या प्रवासात जागरूक राहा. कान शाबूत ठेवा. बर्फातलं वादळ आवाज करत येतं, सूंऽऽ... सूंऽऽ करत. त्या आवाजाचा दूरवरून वेध घ्यायचा. कडेकपाऱ्यांवर आदळून तो आवाज अधिकच मोठा होतो. त्यानं घाबरून जायचं नाही. विश्रांती घेताना कुणीतरी एकानं जागं राहायचं आणि एक अवघड काम करायचं – निसर्गावर पहारा ठेवायचा.'' आणि तो भिकारी हसू लागला.

''काय झालं हसायला?'' वाटाड्यानं विचारलं.

''अरे, एवढा भव्य निसर्ग, जीव दडपून टाकणारा! त्याच्यावर पहारा ठेवणारे आपण कोण? पण ठेवावा लागतो; वेळप्रसंगी कपारीत लपायला. खरंतर आपण आपल्याच आयुष्यावर पहारा ठेवत असतो, गस्त घालत असतो; मृत्यू येऊ नाही म्हणून. पण मृत्यूच्या वाटा आपल्या आकलनाबाहेरच्या असतात. कधी त्या शरीरात असतात, कधी बाहेरून अचानकच जिवावर कोसळतात. त्या वाटेवरून केवळ निघूनच जायचं असतं. अशा वाटेला वाट तरी कसं म्हणावं? त्या वाटेवर 'येणं-जाणं' नाही. केवळ जाणंच आहे; पण असो. प्रत्यक्षातल्या वाटाही आपल्याला कुठेतरी नेतात, पोचवतात, परत आणतात. म्हणजे नेमकं काय करतात? त्यातून काय हशिल होतं? हे तरी कुठे धडपणे माहीत असतं? आता ही माणसं बघा, रस्त्यावरून येणारी, जाणारी; घरातून निघतात, कामधंद्याकडे वळतात; पुन्हा दिवेलागणीला घराकडे वळतात. जीवनाकडून जीवनाकडेच वळालेल्या ह्या वाटा आहेत. त्या कुठे वेगळ्या ठिकाणी आपल्याला नेऊन पोचवत नाही. माणूस चालताना, येता-जाताना दिसतो खरा, पण ते चालणं कितपत खरं आहे? कुठंतरी आयुष्याचं बूड स्थिरतेवर टेकावं, म्हणून त्याचं हे चालणं असतं. आता तो पाहा, तो माणूस लगबगीनं कसा चालला आहे.'' त्यानं निर्देश केला.

सोवळं नेसलेला एक माणूस घाईनं घाटाकडे चालला होता.

''तो कुठे चालला आहे?'' भिकारी.

''नदीत स्नान करून दर्शनाला.'' नकुल उत्तरला.

''दर्शनाला, पण कुणाच्या? अरे, भरल्या घरातल्या माणूस आहे. चार मोठ्या मुलांचा बाप आहे. रोज दर्शनाला जातो, एका ठेवलेल्या बाईच्या. घरातली माणसं त्याच्या सोवळ्याला फसतात. घरी परतल्यावर बायको पाया पडते, 'गंगेचं दर्शन करून आला' म्हणून. हा त्या गटारगंगेकडे! तर असो. म्हणजे वाटा अशा फसव्या, दांभिकही असतात. म्हणून तुमचं बरं आहे. जिथे वाटाच नाहीत, अशा प्रवासाला तुम्ही निघाला आहात. स्वतःची वाट निर्माण करत. म्हणून तुमच्याशी बोललो. नाहीतर ह्या नाण्याच्या मोबदल्यात मी तुमच्याशी एवढं बोलावं, हे खूपच

झालं.'' खिशात हात घालून नाणं दाखवत तो म्हणाला.

''पण प्रत्येक वेळी मोबदल्याचा विचार करायचा नसतो. तसं केलं, तर मी भिकारी राहणारच नाही. तर निघा तुम्ही प्रवासाला. ते सामान मात्र आठवणीनं घ्या. वाटेत लहान लहान वस्त्या दिसतात. तिथे तुम्ही मुक्काम करू शकता; पण तंबूचं कापडही जवळ ठेवा. ते समोरच्या दुकानात मिळेल. ते आवश्यक आहे. कारण बर्फाळ पर्वतावरची सूचिपर्णी झाडांची पानं सुईच्या अग्रावर मावेल एवढीही सावली जपत नाहीत आणि बर्फानं अंग बधिर व्हायला लागलं की, शरीरही संवेदना हरवू लागतं. ह्या प्रवासात शरीराच्या आणि मनाच्या संवेदना जाग्या राहणं अत्यंत महत्त्वाचं आहे. म्हणून तंबूचं कापड असू द्या जवळ. तुम्ही एवढे लोक आहात. सामान वाटून घ्या. ओझं घेऊन चढणं अवघड असतं. चला, मला आता बोलून बोलून भूक लागली. तसा भूक हा शब्द भीक ह्या शब्दाशी संलग्न आहे आणि भूकही विविध तऱ्हांची. तो मघाचा माणूसही भिकारी; शरीरसुखाचा! कुणी आणखी कशाचं. पण आता पुरे. तू ते शेवटचं नाणं मला दिलंस आणि तुझी नियत मला कळाली, म्हणून मी एवढं बोललो. ते मी दिलेलं जपून ठेव.'' तो कांचनला म्हणाला आणि फाटके कपडे सावरत निघाला.

हे फाटके कपडे त्याचा मुखवटा आहे, हे सगळ्यांना कळालं. तो दृष्टिआड होईपर्यंत सगळे जण त्याच्याकडे पाहत राहिले.

''माणसं वाचणं फार अवघड असतं. कपड्यावरून, एकूण अवतारावरून माणसांबद्दल अनुमान करणं अगदी चुकीचं आहे.'' चेतन बोलून गेला.

''खरंय! माणसं नेहमी त्यांच्या डोळ्यातून वाचावी. त्यांचे स्वभाव त्यांच्या डोळ्यांच्या काठाशी येऊन उभे असतात, पण काही माणसांजवळ एवढी आत्मशक्ती असते की, ती माणसांच्या शरीरवलयांना पाहू शकतात आणि एका क्षणात माणसाचं पूर्ण आकलन करून टाकतात.''

''चला, जाऊ या आपण! आपल्याला अजून त्या भिकाऱ्यानं... अंहं... त्या माणसानं सांगितलेलं सामान घ्यायचं आहे. बरं झालं तो भेटला. त्यानं आपल्याला बर्फाच्या प्रवासाची कल्पना दिली.''

ते सर्व बाजारात गेले. आणि त्या क्षणी त्यांच्या लक्षात आलं की, आपल्याजवळ विनिमयाचं साधन नाहीये. आता काय करावं, हे त्यांच्या लक्षात येईना. तेवढ्यात एका दुकानदारानं त्यांना हाक मारली.

''प्रवासाला निघाला आहात ना?''

''हं. तुम्हाला कसं कळालं?''

''तुमच्या पंखांवरून.''

''पंख?''

"हं. मला दिसतात. ज्यांची मनं प्रवास करत असतात, त्यांचे पंख स्पष्ट दिसतात."

"ही माणसं अशी गूढ का बोलतात?" धारिणीनं विचारलं.

तो दुकानदार हसला.

"अनेक माणसं बोलताहेत तुमच्याशी, पण तुम्हाला त्यांचं बोलणं ऐकू येत नाही. तुम्हाला ऐकू येतंय केवळ प्रवासासंबंधी बोलणाऱ्यांचं बोलणं."

"काय?" धारिणीनं आश्चर्यानं विचारलं.

"हं. एकधुनी माणसांचं असंच होतं. त्यांच्या इतर भाषा पुसल्या जातात, पण म्हणून तर प्रवासाचं मानसिक बळ मिळतं. नाही तर इतर अवधानं आपल्या मनातल्या निर्धाराला खाऊन तरी टाकतात किंवा किमान लेचंपेचं तरी करतात. बरं, काय हवंय तुम्हाला?"

"बर्फाच्या प्रवासाचं सामान. पण आमच्याजवळ विनिमयाचं काही साधन नाही. अगदीच कफल्लक!"

"अरे अरे, असं म्हणू नका. तुमच्याजवळ इमान आहे आणि विनिमयासाठी तेवढं पुरेसं असतं. जाताना त्या वस्तू पुन्हा मजजवळ द्या. त्या वस्तू पुन्हा मी कुणा दुसऱ्या इमानदार माणसांना देईन."

त्यांनी सगळ्या वस्तू जमा केल्या.

ते गावाबाहेर निघाले आणि तेवढ्यात त्यांना तो सोवळं नेसलेला माणूस लगबगीनं जाताना दिसला.

"ए... बघ तो दांभिक. सोवळ्याच्या आत पाप दडवतोय. कसा चाललाय साळसुदासारखा!" चेतन म्हणाला.

नकुल आतून पेटून उठला. "हीच ती विषयासक्ती, जी एका जिवाला उकिरड्यावर फेकायला प्रवृत्त करते. कोण कुठली आई आणि कोण कुठला बाप! सगळा खेळ वासनांचा, अस्तित्वाचा! लग्न झालं, तर मूल वाढवलं जातं, नाहीतर त्याला नख लावलं जातं. जीवनाच्या निर्मितीवर दांभिक नीतीचे अंकुश! मी त्याला जाब विचारणार. कुणातरी एक जिवाला असाच उकिरड्यावर फेकायला तो जन्माला घालणार असेल."

नकुल त्याच्या दिशेन निघालाही. सोबत सगळेच.

वाटाड्यानं पाहिलं. "नकुल, ऐक... ऐक. एकदम त्याच्यावर शब्दांचे प्रहार करू नकोस. त्याच्या डोळ्यात मला कोवळ्या पानांची फांदी स्पष्ट दिसतेय."

"तू वाटांपुरतीच आपली दृष्टी मर्यादित ठेव. आम्हालाही माणसं ओळखता येतात." नकुल.

"अरे, माणसाच्या ओळखीची वाट त्याच्या डोळ्यांतून जात असते आणि

त्याच्या डोळ्यांत...'' वाटाड्या वाक्य पूर्ण करू शकला नाही.

''कळालं मला. पण मी जाब विचारणार.'' नकुल चिडला होता.

सर्व जण त्याच्या जवळ पोचले.

''अहो, सोवळेवाले...'' नकुलनं हाकारलं.

त्या माणसानं मागे वळून पाहिलं.

''थांबा जरा.'' नकुलनं जरबेनं म्हटलं.

''काय?'' मृदू आवाजात त्या माणसानं विचारलं.

''कसली ढोंगं करता हो! नदीची पूजा काय, सोवळं काय....''

''आणि जाता कुठे?'' चेतननं रागानं वाक्य पूर्ण केलं.

''तुम्ही दोन स्त्रियांवर अन्याय करताय, असं नाही वाटत तुम्हाला? एवढं आहे, तर लग्नच करा की तिच्याशी! तुमच्या देशात दोन बायकांना आडकाठी नसेलच.'' धारिणी कधी नव्हे ती त्वेषानं म्हणाली. ''हे असंच पुरुषांचं वागणं असेल, तर आम्ही स्त्रियांनी लग्नच का करायचं?''

आता मात्र तो माणूस दचकला आणि नंतर व्याकूळ झाला.

''असं नको म्हणूस. अगं, स्त्री-पुरुष देवानं एकमेकांसाठी निर्माण केले आहेत.''

''हो ना, मग स्त्री केवळ पुरुषासाठी निर्माण केली, अनेक स्त्रियांना आपण अनेक तऱ्हांनी वापरू शकतो, असा गैरसमज का आहे?''

''तुम्हाला कुणी सांगितलं, असा माझा समज आहे म्हणून?''

''तुमच्या वागण्यानं. तुम्ही गंगेकाठच्या बाईकडे जात नाही? घरी पत्नीला अंधारात ठेवून?''

''जातो. पण पत्नीला अंधारात नाही ठेवलं.''

''ती बिचारी काय म्हणणार! आणि तुम्ही तिचं 'नाही' ऐकाल? तुम्ही पुरुष!'' धारिणी.

''थांब, पुरुषांबद्दल फार गैरसमज करण्याआधी थांब. प्रकृतीनं स्त्री-पुरुष एकमेकांसाठी निर्माण केलेत. पुरुषजातीचा असा तिरस्कार करू नकोस. आजवर मी हे सत्य कुणाला सांगितलं नाही, पण आज तुझ्या मनात पुरुषांबद्दल द्वेष निर्माण होऊ नये, म्हणून सांगतोय. हे सत्य फक्त मला, माझ्या बायकोला आणि आज तुम्हाला माहीत होणार आहे.''

त्यानं आपल्या हातातलं पंचपात्र पुढे केलं. त्यात थोडा उरलेला औषधी खल होता.

''हे पाहा, हे औषध आहे. मी ज्या स्त्रीकडे जातो, त्या स्त्रीला महारोग झाला आहे. मी रोज तिच्या जखमांना हे औषध लावायला जातो. तिला तिचे सगळे

आत्मीय सोडून गेलेत. तिला औषध देणारा मी एकटाच आहे.''

आता मात्र सगळे अवाक झाले.

''पण हे तुम्ही इतरांपासून का लपवलंत?''

''कारण इतरांना तिच्या रोगाबद्दल माहीत नाही. कुणाला ते कळालं, तर तिला ह्या गावात राहणं मुश्किल करतील. मी फक्त माझ्या पत्नीला सांगितलं. कारण शेवटी तिचंच सहकार्य आणि विश्वास मला हवा आहे. माझं भाग्य की, अशा रोगाला औषधपाणी करायला, मलम लावायला तिनं मला आडकाठी केली नाही. अखेर असं आहे, इतरांचे कितीही गैरसमज होवोत, पण सहचारिणीचा गैरसमज व्हायला नको.''

सगळ्यांच्या माना खाली गेल्या. तेवढ्यात समोरच्याच घरातून त्या गृहस्थाची पत्नी बाहेर आली.

''कशी आहे ती?''

''जखमा पसरणं थांबलंय.''

''बरं झालं बाई! लवकर बरी होऊ दे देवा! चला, तुमचं पाणी गरम केलंय. आंघोळ करून घ्या आणि हे कोण आहेत?''

''काही प्रवासी आहेत. त्यांचाही गैरसमज झाला, म्हणून मला जाब विचारताहेत.''

तिनं शांतपणे त्यांच्याकडे पाहिलं. ''जाबच विचारायचा ना? माणसांना जाब विचारून चालत नाही कधीकधी. तिच्या नियतीलाच जाब विचारा जमलं तर.''

दोघंही घराकडे वळली.

''बघा, मी म्हटलं होतं नं तुम्हाला की, बेतानं बोला. त्याच्या डोळ्यात मला कोवळ्या पानांची फांदी दिसली होती. डोळे खोटं बोलत नाहीत.''

सगळेच वरमले होते.

तेवढ्यात तो भिकारी तिथे आला. तो मिस्कीलपणे पाहत होता. त्यानं आपले हात वर केले आणि प्रेषितासारखा तो हसला.

''स्वप्न रिझवणारं असतं आणि सत्य हादरवणारं. म्हणून मनाची तयारी करायची. म्हणजे हादरे कमी बसतात.'' भिकारी म्हणाला.

''तुम्ही खोटं का सांगितलंत?''

''पोहायला शिकणाऱ्या मुलांना अगदी पहिल्या वेळी पाण्यात ढकलून का देतात? ते पाणी नाकातोंडात गेलं की, माणूस तरंगायचा प्रयत्न करतो. असंच अचानक सत्य मनाला गुदमरून टाकतं आणि मग मन सत्याला सामोरं जायला शिकतं. जा... जा तुम्ही. कदाचित पुन्हा या गावात याल सामान परत करायला, तेव्हा भेटू. चला, चला निघा. तुमचं ह्या गावातलं काम झालंय. पण काय रे, तू

असा सतत विचारात पडलेला का असतोस?'' त्यानं वाटाड्याला विचारलं.

''माझ्यावर सहा जणांची जबाबदारी सोपवली होती, पण हे फक्त पाचच आहेत. सहावा कोण?''

''अरे, काही प्रवासी शेवटच्या क्षणी येऊन ठेपतात. तुझ्यावर जबाबदारी आहे ना सहांची? मग येईलच की तो!''

''हं, बघू या.'' अबोलपणे, पण बोलक्या दृष्टीनं त्यांनी भिकाऱ्याचा निरोप घेतला. भिकारी शांतपणे स्मितहास्य करत होता.

''आम्हालाही तुम्हाला काही विचारायचंय.'' चेतन म्हणाला.

''विचार ना!''

''तुम्ही भिकारी नाहीत, हे आम्हाला कळालं.''

''चला, ते एक बरं झालं. पण फक्त अन्न किंवा अन्नापुरते पैसे मागण्यापुरता मात्र मी भिकारी आहे.''

''पण तुम्ही आहात कोण?''

''मी? कोण बरं? विसरलो. घरदार सोडून निघालो. चालत राहिलो... चालत राहिलो. जे हवं ते मिळालंही आणि नाहीही. म्हणजे हेही गेलं, हाती धुपाटणं आलं, अशी गत. होतं असं कधी कधी प्रवासात. जे हाती आलं, ते घेऊन परतीच्या प्रवासाला निघालो, तर वाटेत मला म्हातारपण भेटलं. मी म्हटलं 'कोण तू?' ते माझं वय होतं.''

''काय?''

''हं, प्रवासात मी माझं वयच हरवलं होतं. माणसानं वय नेहमी आपल्या जाणिवेत ठेवायचं असतं. कारण वयानुरूप काही गोष्टी करायच्या असतात. प्रवासात वयच हरपल्यानं मी वयानुरूप काहीच केलं नाही आणि जेव्हा ते वय परतीच्या वेळी मला भेटलं, तेव्हा लक्षात आलं की, आपलं चालणंच भाकड होतं. त्या म्हातारवयाला मला स्वीकारावं लागलं. खरं म्हणजे ते येऊन माझ्या मानगुटीच बसलं.''

ते त्या वृद्धाकडे पाहत होते. हे सांगतानाही तो हसतमुख होता. डोळ्यातलं तेज कमी झालं नव्हतं.

''पण असं होऊनही तुम्ही आनंदी आहात, खूश आहात.''

''हं. मी विचार केला, आपला प्रवास कसा झाला? तो इतरांसारखा, जगाच्या व्याख्येत बसणारा झाला नाही, म्हणून मी अपयशी झालो, असं मी का मानावं? जगाच्या बोलण्यावर मी विश्वास ठेवला नाही. माझा प्रवास छान झाला होता. मला खूपकाही कळलं होतं. मला प्रवासात आनंद मिळाला होता. मला जे मिळालं, ते माझ्या उपयोगाचं नसलं, तरी एक वेगळं जीवन मी जगलो होतो. मला कशाचीही

गरज उरली नव्हती. मी माझा माझ्यात परिपूर्ण होतो. माझ्या जिभेच्या, कानांच्या, दृष्टीच्या, स्पर्शाच्या आहारी मी गेलो नव्हतो. ह्यानं दिलेल्या नाण्यात जे दोन तुकडे मिळतील, ते मी खाईन. जगण्यासाठी. जीवनाचं उद्दिष्ट जगणं असतं, हे मला कळलं. आणि 'कोणतीही पद्धत नसलेलं' असं माझ्या पद्धतीचं जीवन मी जगतो आहे.''

''ह्याहून संन्यास काय वेगळा असतो?'' अभिमन्यूनं विचारलं.

''खरंय. फक्त संन्यास जाणीवपूर्वक घेतला जातो आणि माझ्या बाबतीत मी नकळत संन्यासी झालो. मी त्या कषाय रंगाच्या गरजेपलीकडे गेलो. संन्यास वृत्तीत असतो, रंगात नाही.''

''पण त्या रंगामुळे लोक संन्याशाला फारसे प्रश्न विचारत नाहीत, असं एकानं आम्हाला सांगितलं.''

''भिकारी, वेडा आणि संन्यासी ह्यांना कुणी प्रश्न विचारत नसतं. माझा जीवनावर विश्वास आहे. म्हणून माझं इतरांवर प्रेमही आहे. माझे अनुभव मी कुणाला सांगू इच्छितो. माझा अनुभव कधीतरी कुणाला मदत करणारा ठरेलही. ज्याच्याजवळ विचार आहे, त्यानं शब्दातून वाहतं असावं. माझं हे झुळझुळतं असणं माझ्या आनंदाचं कारण आहे. तुमच्या प्रवासाला माझ्या शुभेच्छा!''

भिकाऱ्यानं त्यांचा निरोप घेतला.

***

आता त्यांचा वेगळ्या तऱ्हेचा प्रवास सुरू झाला होता. आधीचा प्रवास घनदाट अरण्यातला होता, पण आता त्यात आणखी वाढ झाली होती ती पर्वतराईंची. उंच चढ, खोल दऱ्या! आधी सर्वत्र हिरवळ होती, कधी पानांचा खच पडलेला होता. आता सगळीकडे पसरलं होतं पांढरंशुभ्र बर्फ! पाहायला चांगलं वाटणारं, पण चालताना जीव घेऊ पाहणारं.

आतातर पूर्ण प्रवास वाटाड्याच्या हाती होता. कुठे खड्डयावर अलगद साचलेलं बर्फ पायाला गिळून टाकायला बसलेलं, तर कुठे बर्फाची निसरडी खोल दरी!

बर्फाच्या चादरी ओढून बसलेले मोठमोठे वृक्ष, ज्यांनी पानं गाळून संन्यस्तासारखी आपली ओळख पुसून टाकली होती. नुसते बारीक फांद्यांचे खराटे, ज्यांवर बर्फ उगवलं होतं. ना पक्षी, ना किलबिल! फक्त लहानशा गावांमध्ये प्रवाशांची घाईगर्दी. त्यांनी बर्फाची अनुभूती घेणं, आनंद लुटणं.

ठिकठिकाणी मंदिरं. लाकडाच्या कोरीव कामातून केलेली. आता त्यांच्याही छतांवर बर्फ जमू लागला होता. अशा बर्फाची त्यांना सवय नव्हती. त्यांनी त्या म्हाताऱ्याचे मनातल्या मनात आभारच मानले. त्यानं सांगितलं, म्हणून त्यांनी गरम लोकरीचे कपडे घेतले होते.

ते एका लहानशा गावाशी आले. बाजूनं नदी वाहत होती. खरंतर नदीचा बराच

भाग गोठला होता.

गावाच्या शेवटच्या टप्प्यात देवीचं एक प्रशस्त मंदिर होतं.

बंदिस्त वास्तूत कधी जातो, असं त्यांना झालं होतं. ते मंदिरात आले. समयांचे प्रकाश पाहूनच त्यांच्या शरीरात ऊब निर्माण झाली. उबेचा भास शरीरभर लहरत गेला.

"जय माता!" त्यांना पाहून देवळात बसलेला संन्यासी म्हणाला.

"जय माता!" ते सगळेच त्याच्यापुढे वाकत म्हणाले.

संन्याशानं एकेरी भगवं वस्त्र अंगावर ओढलं होतं. त्याखेरीज अन्य काही त्याच्याजवळ नव्हतं.

"बाबाजी, तुम्ही नुसत्या ह्या एका वस्त्रावर आहात? तुम्हाला थंडी नाही वाजत?" धारिणीनं विचारलं.

"नाही बेटा. त्या परमशक्तीनं आपल्याला जन्मत:च एक वस्त्र दिलंय, त्वचेचं. पण त्या वस्त्रावर आपण अविश्वास दाखवतो. कारण आपल्याकडे सहनशक्ती कमी असते. त्या वस्त्राची क्षमता वाढवली, तर माणूस कोणत्याही तापमानाला सामोरा जाऊ शकतो. तुम्ही इतर सहली प्रवाशांसारखे दिसत नाही, वेगळे वाटता." संन्यासी हसत म्हणाला.

वाटाड्या मात्र संन्याशाकडे टक लावून पाहत होता. 'हा चेहरा आपण कुठेतरी पाहिला आहे!' तो विचारात पडला.

"बाबाजी, तुम्हाला कुठेतरी पाहिलंय."

"मला? मी इथल्या डोंगरकपारीत राहणारा. तिथे बर्फ पडायला लागलं की, इथे येतो. इथे आलो की, देवळात मी हे काम हाती घेतो. कुणी ना कुणी प्रवासी दिवसांचे हिशोब चुकवून नेमके नको त्या वेळी म्हणजे बर्फवृष्टीच्या वेळी इथे येतात. हिमवर्षावामुळे गावातले लोकंही बाहेर निघत नाहीत. अशा वेळी ते देवालाही थंडीच्या दिवसांत चार महिने झोपी घालून टाकतात. देव झोपले म्हटलं की, देवळात आलं नाही तरी चालतं." दिवे लावणारा हसला.

"देव झोपला, तरी सूर्य झोपत नसतो. चालणारे पाय झोपत नसतात. पाहा बरं, आलाच ना तुम्ही! इतके दिवस मी दिवे लावत होतो, ते आज सफल झालं. इतरांसारखं मीही मानलं असतं की, देव झोपतात, तर इथे तुम्हाला कोण भेटलं असतं?" आता त्यानं आवाज बारीक केला. आणि एवढ्या वेळची स्वरातली गंमत गंभीर झाली.

"खरंच देव झोपतात का? देव म्हणजे काय?"

"अं?" चेतन, कांचन प्रश्नार्थक उद्गारले.

दिवे लावणाऱ्यानं आणखी एक दिवा पेटवला. "आपण आपल्याचसारखे देव निर्माण करतो. आपल्या डोक्याच्या आवाक्याएवढे. देवांची क्षमता आपल्यापेक्षा

जास्त आहे, असं दाखवायला कधी त्यांना चार हात, आठ हात दाखवतो. कधी चार तोंडं, कधी तीन डोळे, पण मानवी आकारातच. आता चार तोंडं म्हणजे चारही मुख्य दिशा, आठ हात म्हणजे अष्ट दिशा, तिसरा डोळा दोन डोळे मिटल्यावर अंतर्विश्वाचा बाह्य विश्वाशी नातं जुळवणारा. म्हणजे सांगणाऱ्यानं कोणत्या साक्षात्कारी जाणिवेतून सांगितलं आणि स्वीकारणाऱ्यानं कोणत्या मर्यादेतून स्वीकारलं, हे कळणं महत्त्वाचं. ही मर्यादा शरीराला आपली ओळख मानण्याची. खरंच का आपलं शरीर आपली ओळख असतं? मग शरीरापलीकडचं मन, आत्मा ह्यांची ओळख कोणती? शरीर हीच आपली ओळख मानणं ही फार प्राथमिक अवस्था आहे.

"मग प्रत्येक प्राण्यानं देव मानायचा म्हटलं, तर तो स्वत:प्रमाणे देव निर्माण करेल. कुत्र्यांचा देव एक मोठा कुत्रा; शेपटी नसलेला. गाढवांचा देव एक गाढव; जे स्वत:ऐवजी इतरांच्या सावलीत उभं राहतं. गाढवाला साक्षात्कार झाला, तर आधी त्याला कळेल की, आपण आपल्या सावलीत उभं राहतो, हे किती हास्यास्पद आहे. माणूस तरी वेगळं काय करतो? तोही तर आपल्याच सावलीत आणि आपल्याच सावलीसाठी जगत असतो.

"पण ते जाऊ द्या. तुम्हाला तुमच्या प्रवासात ह्या शरीराचं महत्त्व लक्षात येईलच आणि मर्यादाही. शरीर आपल्या ज्ञानेंद्रियांच्या झरोक्यातून विश्वाचे संदेश आतपर्यंत वाहून नेतं. हे शरीराचं केवढं मोठं काम! शरीर शेवटी वाहकच आहे. स्वीकारणारा आत आहे, म्हणून शरीराचं महत्त्व आणि मर्यादा समजून घ्यायच्या. तसं हे अवघड काम आहे."

"का बरं?" चेतननं विचारलं.

"शरीराचं महत्त्व कळालं की, माणूस शरीराच्या प्रेमात पडण्याचा धोका असतो आणि मर्यादा कळाली, तर शरीराला तुच्छ समजण्याचा संभव असतो. दोन्ही योग्य प्रमाणात स्वीकारायला हवं. बरोबर आहे ना!" त्यानं वाटाड्याला म्हटलं.

"अं?" अभिमन्यू एकदमच गांगरला.

"तुझी नावसुद्धा शरीराचंच काम करते!"

अभिमन्यू अंतर्मुख झाला. त्याला आपली होडी आठवली. प्रवाहावरून प्रवास करणारी; ह्या तीरावरून त्या तीराकडे नेणारी. 'न जाणो, तिनं अशा किती चकरा केल्यात. पण तिला तीर गवसला नाही का? तसंच शरीरही नावेसारखं वेगवेगळे तीर गाठत राहतं? योग्यतांचे, वेगवेगळ्या अर्थांचे? कदाचित वेगवेगळ्या जन्मांचे?'

पण चेतन अजूनही त्याची ओळखच शोधत होता.

"मला तुमचे डोळे... हे डोळेच पाहिल्यासारखे वाटतात."

संन्यासी हसला.

"तू माझ्यासारखंच कुणाला पाहिलं असशील. ज्याला जीवनाचा साक्षात्कार

होतो, त्याच्या डोळ्यात तो साक्षात्कार सतत उभा असतो.''

"हं." वाटाड्याला त्या भिकाऱ्याचे, सोवळं नेसणाऱ्या व्यक्तीचे डोळे आठवून गेले.

"पण तुम्ही माझ्या प्रश्नाचं उत्तर नाही दिलंत. तुम्ही नेहमीसारखे सहलीसाठी येणारे प्रवासी दिसत नाहीत. काहीतरी वेगळं आहे तुमच्या प्रवासाचं कारण.''

"हो. आम्ही आमच्या स्वप्नांच्या शोधात आहोत.''

"कोणकोणती स्वप्नं?''

तिघांनी आपापली स्वप्नं सांगितली.

"आणि तू?'' त्यानं धारिणीला विचारलं.

"मला कळत नाही की, माझं स्वप्न काय आहे? पण मला प्रवास करायचाय, स्त्रीदेहाचं वस्त्र विसरून. प्रत्येक प्रवासाचं काहीतरी फलित असावंच, असं तरी आपण का समजावं? हा प्रवास, हा खडतरपणा, ही निसर्गाची विविध रूपं, हे सर्वच अनुभव कारण असू शकतात.''

तो हसला, "हुशार आहेस! माणूस जेव्हा एका 'कारणाचा' विचार करतो, तेव्हा एका फलश्रुतीवर येऊन थांबतो. त्याला तो ध्येय वगैरे नाव देतो, पण एकदा फलश्रुती झाली की, चालणं संपलं. म्हणून तुझं 'कारण नसणं' हे चांगलं लक्षण आहे. आणि तू?'' त्यानं वाटाड्याला विचारलं.

"माझंही तिच्याचसारखं आहे. माझी वाटाड्या म्हणून निवड केली गेली. मला तसा संदेश मिळाला. आता ह्यांना वाट दाखवून मला काय मिळणार, हे मला माहीत नाही, पण मी अंतस्थ हृदयातून आलेली ती आज्ञा मानली.''

"तुला त्याचंही रहस्य कळेल लवकरच. प्रत्येक गोष्टीला काही कार्यकारणभाव असतोच. ही पृथ्वी सूर्याभोवती फिरते, सूर्य सर्व विश्वासोबत फिरतो, त्यालाही काही कारण असेलच. सगळं ब्रह्मांड अंधारानं भरलं असताना पृथ्वीवर रात्र-दिवस का व्हावे? ह्यालाही कारण आहे. ब्रह्मांडाच्या पोकळीत दिवस-रात्र होत नसतात.''

"तुम्हाला काय माहीत हे?''

"कुणी आडवा प्रवास करतं, कुणी उभा. पृथ्वीवरून वर अंतरिक्षात. त्यात काही विशेष नाही. पण असो. आता तुम्ही इथवर का आलात आणि मला का भेटलात, ह्यालाही काही कार्यकारण भाव आहेच.''

"काय?'' त्यांनी उत्सुकतेनं विचारलं.

"हे तीन स्फटिक माझ्या जवळ आहेत. तुमच्या स्वप्नांचे. तुमचं स्वप्न पूर्ण झाल्याक्षणी हे स्फटिक कपाळाला लावा. त्यानं तुमची स्वप्नं स्थिर होतील.''

"पण हे तुम्हाला कुणी दिले?'' चेतननं आश्चर्यानं विचारलं.

तो फक्त हसला.

"माझी आठवण काढा. मी येईन तुमच्याजवळ.'' सर्व समोर पाहत होते.

मैलोनमैल बर्फ पसरलेलं होतं.

"बाप रे! हे गोठलेलं बर्फ! खरंतर सर्व जगच गोठल्यासारखं वाटतंय. मृत्यूची पांढरी चादर!"

"मृत्यूला रंग नसतो. पांढरं-काळं आपण निर्माण केलेलं असतं. जग गोठलेलं वाटतं, पण आत जीवन कूस बदलत असतं. जीवन उबेची वाट पाहत असतं. सूर्याला ते विनवण्या करत असतं. सूर्य तेज वाढवतो. गोठलेल्या पाण्यातलं जीवन वाहतं होतं. ते ह्या झाडांतून गावोगावी तहान भागवत राहतं. स्वत: मलीन होत वस्तू मात्र स्वच्छ करतं. जनावरं चारा खातात, दूधदुभतं देतात. गंमत म्हणजे हे जीवन निर्माण करणारी पंचमहाभूतं मात्र चैतन्यमयी असूनही अचेतन आहेत. सूर्यात प्राण नसतात, वाऱ्यात नसतात, पाण्यात नसतात, पृथ्वीत नसतात; पण त्यांच्यातलं चैतन्य इतरांना प्राण प्रदान करतं. म्हणून परमतत्त्व निर्विकार असावं बहुधा." संन्यासी थोडा वेळ गप्प बसला. बसल्या बसल्या अर्धवट डोळे मिटून तो पाठी-पुढे झुलत होता.

"...पुढचा प्रवास अवघड आहे. जीवन पणाला लागतं असा प्रवास, पण तुम्ही स्वत:वर विश्वास ठेवा. तुम्हाला काहीही होणार नाही. फक्त एक लक्षात ठेवायचं. एकदा जीवन पणाला लागलं की, फक्त जिवंत राहणं ही गरज उरते. तीच नैतिकता उरते, तेच सर्वस्व उरतं. अडखळणारे श्वास समाजाच्या नीतिनियमांची पर्वा करत नाहीत. खरंतर आपल्या जीवनाचा अर्ध्याच्या वर भाग आपण समाजाच्या इच्छेप्रमाणे जगत असतो, म्हणजे वाया घालवत असतो. अर्ध्यापेक्षा जो कमी उरला असतो, त्यातला अर्ध्याच्या वर भाग आपण कुटुंबीयांच्या इच्छा आणि गरजांसाठी जगतो आणि उरलेला अंशरूप आपण स्वत:साठी जगतो. कधी स्वत:साठी वेळ न मिळाला, तर रात्री झोपेत स्वप्नांच्या माध्यमातून जगतो. म्हणून स्वप्नं महत्त्वाची असतात. कारण ते क्षण आपण झोपेत का होईना, जगलेले असतो.

"आता ह्या प्रवासात तुमच्यासोबत ना समाज आहे ना नातेवाईक. सोबत आहे केवळ निसर्ग! अशा वेळी फक्त निसर्गाचं अवलोकन करा आणि फक्त त्याचे नियम पाळा."

सर्व ऐकत होते.

"ही अवस्था अनेकदा व्यक्तीच्या आयुष्यातही येते, आयुष्याचाच प्रवास करताना. त्यासाठी तुमच्यासारख्या प्रवासाचीही गरज नाही. माणूस एकटा पडतो. माणसांपासून एकटा, नीतिनियमांपासून एकटा, जगापासून, जगाच्या चालीरीतींपासून एकटा! हे एकटेपण त्यानं कमवलेलं असेल, तर ते आनंददायी असतं. अशा वेळी तो संन्यासी ठरतो, पण हे एकटेपण त्याच्यावर येऊन कोसळलं असेल, तर तो दुर्भागी असू शकतो; पण तुम्ही सगळे सोबत आहात. तुमच्यासोबत तुमची स्वप्नं

आहेत. मी तुम्हाला हे का सांगतोय?'' तो मनाशीच हसला.

''निघा तुम्ही. मी सांगितलेलं लक्षात ठेवा. निसर्ग पाहा आणि निसर्ग जगा.''

ते त्या अवघड वाटेवरून पुढे निघाले. दिवसा बर्फावरून परावर्तित होणारा सूर्यप्रकाश सहन होत नव्हता. रात्रीचा प्रत्येक क्षण त्यांच्या श्वासांची परीक्षा घेत होता.

''चला, इथे कपारीत बसू आपण. बर्फ अंगावर झेलण्यापेक्षा ते बरं.'' बर्फाचीच एक कपार पाहून वाटाड्या म्हणाला.

सगळे तिथे बसले.

पण थंडीनं सगळे कुडकुडत होते. त्यांना गरमी हवी होती. ते कुठूनतरी रक्तप्रवाहांना जिवंत ठेवण्याचा प्रयत्न करू पाहत होते.

''तुझं स्वप्न परिसाचं आहे ना कांचन? मग परीस मिळाल्यावर तू काय करणार आहेस?''

''मी काय करणार नाही ते विचार.'' कांचनच्या रक्तानं उसळी घेतली.

''मी त्या परिसानं खूप सोनं तयार करेन. खूप लोकांना दान करेन. मला मोठमोठ्या संस्था निर्माण करायच्या आहेत. त्यातून माझं नाव मोठं करायचंय. सध्या मी कुणीही नाही. पण ऐश्वर्य सोबत असलं, तर मी कुणीतरी होईन. कल्पना कर, माझं घर... घर नाही, तर महाल असेल. त्याला सोन्याचे दरवाजे! सोन्यानं मढलेली माझी पत्नी! सध्या माझ्या घरात थंडीत अंगावर घ्यायला पांघरुणं नाहीत. पण तेव्हा खूप, खूपकाही असेल.''

कांचन बोलत होता, लहान मुलासारखा. वाटाड्याला हसू आलं. तो सर्वांकडेच पाहत होता.

प्रत्येकाच्या डोळ्याचा तळ, त्या तळापर्यंत जायची वाट त्याला स्वच्छपणे दिसत होती. ह्या क्षणी चेतनच्या डोळ्यातली स्वच्छ वाट डहुळली. कांचननं विचारलं. हळूहळू स्वप्नांची ऊब दोघांच्याही शरीरातून पसरू लागली होती.

''मला जिवंत रंग हवेत. मी जे रंगवीन, ते साक्षात जीवन असावं. मी कागदावर रंगवलेली पानं वाऱ्याबरोबर डुलवीत. रंगवलेला सूर्य संध्याकाळी तांबूस होत जावा. पाण्यानं खळखळाट करावा.''

''असं होऊ शकतं?''

''तेच तर स्वप्न आहे माझं. तेच तर शोधायचंय.''

''वा! मी कल्पना करतोय की, तुझ्या कागदावरचा सूर्य हळूहळू तांबूस होत मावळतोय. फुलं सुगंधी नि:श्वास सोडताहेत. खरंच, किती वेगळं स्वप्न आहे तुझं! असं स्वप्न... मी का नाही...'' कांचन गप्प बसला. वाटाड्या काहीसा गंभीर झाला.

त्या दोघांच्या मनात एकमेकांच्या स्वप्नांबद्दल आकर्षण निर्माण झालं होतं.

ही दोलायमान स्थिती संभ्रम निर्माण करणारी होती आणि संभ्रम निर्माण झाला, तर त्यांची मानसिक शक्ती त्याच संभ्रमात संपली असती.

"माझं ऐका. तुम्ही त्या संन्याशानं दिलेले कागद आणि स्फटिक जपून ठेवले आहेत ना? ती तुमची आपापली स्वप्नं आहेत. स्वप्नं स्थिर ठेवण्यासाठीची ती दैवी उपाययोजना आहे. आता स्वप्नांवर विश्वास ठेवा. त्यांच्याशी एकनिष्ठ असा आणि महत्त्वाचं म्हणजे आता जमेल तेवढी झोप घ्या."

सर्वांनी आपापली पांघरुणं अंगावर ओढली होती. कुडकुडत ते झोपण्याचा प्रयत्न करत होते.

आणि तेवढ्यात काही खुडबुड झाली. कुणी धडपडलं. चरबीच्या दिव्यातली वात वर करून वाटाड्यानं पाहिलं.

ते कांचन आणि चेतन होते.

चेतननं कांचनचा हात गच्च पकडला होता.

"माझा स्फटिक चोरतोय तो!"

कांचन नुसताच धुमसत होता.

"का त्याचा स्फटिक चोरतोहेस तू?"

"मला... मला स्वप्न हवंय जिवंत रंगांचं...." कांचन.

"अरे, पण तुझं आपलं स्वप्न आहे ना!" अभिमन्यू.

"हो, पण त्याचं स्वप्नं.... किती आकर्षक!"

"पण मला तू काही सांगायचंस तरी!" चेतन म्हणाला. म्हणजे त्याचा स्वप्नांच्या अदलाबदलीबद्दल विरोध नव्हता. विरोध होता तो न सांगता स्फटिक घेण्याबद्दल.

"बरा आपला दोन्ही स्फटिक घेऊन बसणार होता!"

"म्हणजे चेतन, तुला त्याचा स्फटिक चालेल?" अभिमन्यूनं विचारलं.

"म्हणजे तशी हरकत नाही. कारण त्याचंही स्वप्न चांगलंच आहे. पण घ्यायचा तर सांगून घ्यायचा ना स्फटिक!" चेतन शब्द चाचपडत होता. आपल्या बाळाला दुसऱ्याच्या हवाली करून, दुसऱ्याचं बाळ आपण घेतो आहोत, असं त्याला वाटत होतं.

"दे माझा स्फटिक." तो मृदू स्वरात म्हणाला.

कांचननं अंगरख्यात हात घातला आणि बाहेर काढला. हातावर दोन स्फटिक. एकसारखे.

"आता ह्यातला माझा स्फटिक कोणता आणि तुझा कोणता?"

सगळेच अवाक झाले.

"चला दोघंही एक एक स्फटिक उचला. नाहीतरी दोघांना एकमेकांच्या

स्वप्नांचा मोह पडलाच होता. तुमच्या नशिबात जे असेल, ते स्वप्न तुमच्या हाती येईल.''

दोघेही संभ्रमित झाले होते, पण निराश नाही.

''पण स्वप्नांची अशी अदलाबदली होऊ शकते का?'' धारिणीनं विचारलं.

''हं... तो माणसाचा स्वभाव आहे. स्वप्नं हाताशी आलं की, तो त्याला सत्य म्हणून जवळ करतो आणि पुन्हा नवं स्वप्नं पाहायला लागतो. ह्यामुळे माणसाचं मन चिरतरुण राहतं. तुला गंमत सांगतो. एका विशिष्ट समाजाची वृद्धा होती. तिनं देह-त्याग करायचा निर्णय घेतला. तेवढी ती कठोर होती. आता आपलं शरीर साथ देऊ शकत नाही, हे सत्य तिनं स्वीकारलं होतं. मृत्यूला ती घाबरत नव्हती आणि तिनं सुताराला बोलावलं.''

''सुताराला?''

''हो. तिच्या मृतदेहासाठी एक डोली बनवायला. मी होतो तिथे. तिनं मोती, कांचन मागवून घेतले; त्या डोलीला लावायला. भरजरी कपड्यांच्या फिती त्या डोलीला लावल्या, पताका लावल्या. मग अन्नपाणी त्याग केल्यानं गलितगात्र झालेल्या तिनं आपल्या मुलाला सांगितलं, 'मला लाल रंगाची साडी मृत्यूनंतर नेसवा. कमीत कमी पाचशे माणसं माझ्या अंत्यक्रियेत सामील व्हायला हवीत.' धारिणी, ते केवळ मृत्यूचं स्वागत नव्हतं, तर मृत्यूचं स्वप्न होतं.''

''अगं, परवा मरू घातलेला रोगी उद्याचं स्वप्न पाहतो. स्वप्नाचे असेच अनेक रंग असतात. धारिणी, तुझं स्वप्न काय? हे आता तरी तुझ्या लक्षात आलं?''

''मला नाही माहीत माझं स्वप्न काय आहे ते. ही प्रवासाची तीव्र इच्छा का निर्माण झाली, ह्याचंही मी स्पष्टीकरण देऊ शकत नाही. पण जंगलातून वाटचाल करताना मला विचित्र संवेदना होत होत्या.''

''कशाच्या?''

''मी तिथल्या झाडांकडे पाहत होते, वेलींकडे पाहत होते. ते पक्षी, ती जमीन... माहिती नाही कसले कसले गंध माझ्या मनात जागू लागले. वाटत होतं मी... मी धरणी आहे. आताही मी इथे आले. हे ओकेबोके पर्वत बघतेय. त्याच्यावरचं बर्फ... पण ते मला पाहवत नाही. असं जीवनरहित असणं किती असह्य असतं! पण त्या संन्याशानं बर्फाचं रहस्य, त्यातल्या लपलेल्या जीवनाबद्दल सांगितलं, तेव्हा मला बरं वाटलं. कधीतरी हे बर्फ विरघळेल. आधी इवलाले हिरवे कोंब जमिनीच्या बाहेर पडतील. खराटे झालेल्या झाडांच्या अंगावर हिरवी लव येईल. जमीन केवढी कृतकृत्य होईल तेव्हा!''

वाटाड्या हसला. त्यानं ममत्वानं तिला म्हटलं, ''मी तुझ्या स्वप्नांबद्दल विचारलं होतं. धरणीच्या नाही.''

“मला तेच कळत नाही. मी धरणीचा दर्पण कधीपासून झाले? का प्रत्येक पेशी धरणी व्हायला उत्सुक आहे? का मनातले वृक्ष आपल्या फांद्या पसरून किलबिलाटांना आमंत्रण देताहेत? आणि हे सर्व... मला माहीत नाही असं का?”

ती आवेगानं बोलत होती.

वाटाड्यानं तिच्या पाठीवरून हात फिरवला.

“कारण तुझं नाव धारिणी आहे, कळालं?”

“म्हणजे?”

“काही नाही. वेळ आली की, तुला कळेल. खूपदा शब्द बटबटीत होतात. संकेतांमुळे त्यांच्यातली निरागसता, कोमलता, निर्मळपण निघून गेलेलं असतं. म्हणून असे अर्थ शब्दात बसवूच नाहीत. ते अर्थ फक्त संवेद्य असतात. ते केवळ स्वत:च्या पातळीवर अनुभवायचे; जगाच्या नाही. खूपदा जगाकडे दुर्लक्ष करून.”

ती डोळ्यांत अनेक प्रश्न घेऊन वाटाड्याकडे पाहत राहिली.

“कळेल... हळूहळू कळेल गं. आपण कल्पभूमीच्या जवळ आलो आहोत. आता कळायलाच हवं ना काय ते! झोप आता, झोपा सगळे..”

सगळे झोपण्याचा प्रयत्न करत होते, पण कांचन आणि चेतनला मात्र अजिबात झोप येत नव्हती. त्यांच्या डोक्यात जणू स्वप्नांचं तांडव सुरू होतं.

अखेर कांचन उठून बसला. त्याला उठलेला पाहून चेतनही उठला. दोघेही कपारीच्या बाहेर आले. स्वप्नांची ऊर्मी त्यांच्या रक्तातून धावत होती. त्यामुळे ते बाहेरचं बर्फही अंगावर झेलू शकत होते.

“काय करायचं आता? आपले स्फटिक तर ओळखूही नाही आले. कदाचित ते बदललेही गेले असतील.”

“हे बघ, आपल्याला एकमेकांच्या स्वप्नांचा मोह नाही तरी पडलाच होता. तर आपण असं करू या, एकमेकांची स्वप्नं थोडी वाटून घेऊ. तुझे थोडे रंग मला दे. माझा परीसस्पर्श मी तुला देईन. ”

“हो, चालेल आणि आपण परतल्यावर एकाच गावी राहू या. म्हणजे हे वाटून घेणं सोपं होईल.”

“खरंच! कांचन तुझं घर पडकं आहे ना! मग तूच माझ्या गावी ये. नवीन घर बांध मस्तपैकी!”

त्यांचे स्वप्नांवर स्वप्नांचे इमले बांधणं सुरू होतं.

वाटाड्या स्वत:शीच मंद हसला.

‘वेडे! स्वप्नं वाटून घेताहेत. स्वप्नं अशी वाटली थोडी जातात! आणि स्वप्नांपुढची स्वप्नं पुन्हा भौतिकाचीच पाहताहेत ते. गाव... घर... ऐश्वर्य! जाऊ दे, आपल्याला काय करायचंय! आपण आपलं वाट दाखवायचं काम करावं.”

तो मनाशी पुटपुटला आणि कूस पालटून झोपला.

***

प्रवास चालू होता, पण प्रवासाच्या वेळेची सर्व गणितं चुकत होती. ते चढ-उतार, पर्वताचे वळसे, वळणं, बर्फ ह्यांत वेळ चौपट लागत होता.

बर्फाचं प्रमाण वाढत होतं. थंडी वाढत होती आणि हळूहळू रक्त संथ होऊ लागलं होतं. रात्री तर दात कडकड वाजत होते. हातावर हात चोळून, चरबीचे दिवे जाळूनही उष्णता निर्माण होत नव्हती.

अशातच कांचनचे सांधे एकदम आखडले, ओठ निळे पडू लागले. त्याला श्वास घ्यायला त्रास होऊ लागला.

"अरे, काही करा, काही करा, कांचनला थंडी बाधली आहे." नकुल ओरडत होता.

सगळेच कांचनच्या त्या अवस्थेकडे पाहत होते. त्याचे हात-पाय चोळत होते.

अखेर वाटाड्या उठला आणि धारिणीजवळ आला.

"धारिणी, कांचनला वाचवायला हवं आणि त्याला वाचवण्याचा उपाय तुझ्याजवळ आहे."

"माझ्याजवळ?"

"हो धारिणी. तुझं शरीर! तू म्हणत होतीस ना, तुझं स्त्रीशरीर हे एक वस्त्र आहे. ते त्याच्या अंगावर पांघरावं लागेल. त्याचा वापर त्याला करू द्यायला हवा. तरच हवी ती उष्णता त्याच्या शरीरात निर्माण होईल आणि तो वाचेल."

"पण... पण... असं..."

"धारिणी, तूच म्हणाली होतीस ना की, शरीर वस्त्र आहे? मग त्या वस्त्राचा एवढा विचार का करायचा? धारिणी, स्त्रीचं शरीर भूमीसारखं असतं. ते जीवनाला आपल्या कुशीत घेतं, त्याला वाचवतं, सावरतं."

धारिणी मान खाली घालून विचार करत होती.

"धारिणी, तो संन्यासी काय म्हणाला ते आठवतं ना! जीवन पणाला लावल्यावर जिवंत राहणं हीच गरज उरते. तीच नैतिकता उरते, तेच सर्वस्व उरतं. अडखळणारे श्वास नीतिनियमांची पर्वा करत नाहीत. खरं सांगू धारिणी, अचानकच हे वेगळ्या तऱ्हेचं काही संन्यासी का बोलला, हे मला कळालं नव्हतं. निसर्गाचं अवलोकन करून त्यासारखं वागा, असं का म्हणाला, हेदेखील कळलं नव्हतं; पण आता कळलं. हे सर्व तो तुझ्यासाठी बोलत होता, तुला समजवत होता. निसर्गात पशूपक्षी एकमेकांना थंडीपासून, भीतीपासून वाचवायला संग करतात. तुला कांचनला प्रवृत्त करावं लागेल. सांग, तुला समाजाची नीती विश्वासार्ह वाटते की एक मरणाच्या

दारातलं आयुष्य?''

धारिणीनं क्षणकाल वाटाड्याकडे पाहिलं. तिच्या डोळ्यातलं वादळ शांत झालं. शांत डोळ्यानंच तिनं जीवन स्वीकारलं.

दोघं आत आले.

''नकुल, चेतन, आपण कपारीच्या आत जाऊ या.''

''का?''

''धारिणीला तिचं काम करू दे.''

''कोणतं?''

''कांचनला उष्णता द्यायचं.''

''हं?''

''हं. चला.''

सगळे कपारीच्या दुसऱ्या भागात गेले.

तेवढयात नकुल वळाला. धारिणीजवळ आला.

''धारिणी...'' तो तिच्या डोळ्यात पाहत उद्गारला.

''काय?''

पण तो काही बोलू शकला नाही. त्याचे डोळे धारिणीच्या डोळ्यांतून मनापर्यंत पोचत होते.

''काही नाही.'' तो एवढंच म्हणून असाहाय्यपणे वळाला.

धारिणी मात्र आश्चर्यचकित झाली होती. 'एक दृष्टी, फक्त एक दृष्टी मनात एवढ्या खोलवर रुजते?' ती स्वत:च्या मनात डोकावत होती.

त्या दृष्टीनं एका क्षणात तिच्या मनात घर केलं होतं.

ते घर मनातच सांभाळत ती कांचनजवळ गेली.

''कांचन, मी आलेय.'' ती त्याच्या कानाशी कुजबुजली.

अर्धवट बेहोशीतही कांचनचे हात प्रतिक्षिप्तपणे पुढे आले.

धारिणीनं त्याचं अंग वेढून टाकलं.

***

सकाळी सगळे पुन्हा प्रवासाला निघाले.

कांचन धारिणीजवळ आला.

''धारिणी, मला माफ कर. काल अर्धवट बेशुद्धीत मी जे वागलो ते....''

''अपेक्षितच वागलास. नाहीतर तू थंडीनं काकडून गेला असतास.''

''तुझे आभार कसे मानू कळत नाही. माझ्यासाठी तू तुझं शील पणाला....''

"त्यात शील पणाला लावणं काय आलंय! माझ्यापुढे मृत्यूच्या दारात पडलेला तू होतास आणि होती समाजाची बंधनं, समाजाच्या कल्पना; पण तुला वाचवणं मला महत्त्वाचं वाटलं आणि आभार वगैरे म्हणतो आहेस, म्हणून सांगते, ती केवळ एक शरीरनिगडित घटना होती. माझ्यासाठी फारसं महत्त्व नसलेली. तेव्हा तू ती घटना विसरून जा, हेच माझ्यासाठी आभार मानणं आहे.'' ती शांतपणे चालत होती.

***

आधीचं चालणं आणि आताचं चालणं ह्यात फरक पडला होता. आधी सर्व जण आपापले चालत होते, पण आता एकमेकांच्या साहाय्याची गरज त्यांना वाटत होती. हातातल्या पहारी बर्फात खुपसून त्यांना दोऱ्या बांधणं, त्या पकडून वर जाणं, वरच्यांनी चढणाऱ्यांची काळजी घेणं, कधी बर्फाच्या निसरड्यावरून पाय निसटणं, त्या घसरणाऱ्याला इतरांनी पकडणं, ऊब-शेकोटी याशिवाय एकमेकांजवळ बसूनही, गप्पा मारूनही उष्णता निर्माण होते हे कळणं आणि मैलोंन्मैल पसरलेल्या त्या बर्फाळ प्रदेशात आपण एकटे आहोत ह्या भीतिदायक जाणिवेपासून संरक्षण होणं, हे केवळ एकमेकांच्या सहवासामुळे घडतंय, हे प्रत्येकाला कळत होतं. हळूहळू एकमेकांच्या मनाचे धागे एकमेकांपर्यंत पोचत होते.

आणि धारिणी! तिनं तर आपल्या देहाची जणू यज्ञवेदी केली होती. त्या यज्ञवेदीत ती इतरांच्या शरीरातील थंडीची आहुती टाकत होता; स्वतःच्या स्त्रीशरीराला पणाला लावून.

त्या दिवशी नकुल आखडून गेला. हिमदंशाच्या निळ्या-जांभळ्या खुणा त्याच्या अंगावर उमटू लागल्या.

धारिणीचा जीव प्रथमच कासावीस झाला.

"नकुल.... नकुऽऽल... मी तुझ्याजवळ आहे.'' ती इतरांसारखी त्याच्याही कानांशी पुटपुटली.

नकुलनं डोळे उघडून पाहिलं.

"धारिणी, माझ्या जवळ ये ना तू.'' त्यानं हात पुढे केले. धारिणी त्याच्या बाहुपाशात विसावली. तिनं आपलेही हात त्याच्याभोवती वेढले होते.

"धारिणी!'' नकुलनं तिच्या हृदयाशी डोकं टेकवलं. त्या हृदयाची मंदलय त्याला सुखावून गेली.

"धारिणी, माझ्या कानांशी म्हण, 'नकुल मी तुझी आहे.'''

धारिणी त्याच्या कानांशी कुजबुजली. तिचेही कापणारे ओठ त्याच्या कानांना

स्पर्श करून जात होतं. त्यानं आवेगानं तिला जवळ घेतलं.

"धारिणी, तू माझ्यासोबत सहजीवन स्वीकारशील ना!" त्यानं अतीव प्रेमानं तिच्या मस्तकावरून हात फिरवत म्हटलं. हा असा स्पर्श तिनं पहिल्यांदा अनुभवला होता. जणू हाताच्या स्पर्शातून नकुलच्या मनाचं, आत्मिक भावनांचं संक्रमण तिच्यात होत होतं. तो तिच्या कापणाऱ्या शरीरातून उष्णता मिळवत राहिला. त्याला संग करायची गरज वाटली नाही. तो एक विलक्षण अनुभव होता. ही जाणीव त्यांच्या डोळ्यांतून अश्रू बनून वाहत होती. धारिणीला 'प्रेम' ह्या भावनेची ओळख होती. वेगळ्या छटांचं प्रेम तिला लहानपणापासून मिळालं होतं. आई, भाऊ, बहीण ह्यांच्या प्रेमात ती न्हाऊन निघतही होती. पण नकुल, त्याला आयुष्यात पहिल्यांदा प्रेम सापडत होतं. पहिल्यांदा दुसरी कुणी व्यक्ती त्याच्याजवळ आली होती. नेहमी प्रत्येक व्यक्तीत आणि त्याच्यात एक अंतर उभं असायचं; पण आज ह्या दाहक सीमेच्या आत कुणी आलं होतं. तो आता अनाथ नव्हता. अनेक नात्यांच्या आवेगानं एकवटून ते प्रेम त्याला आपल्या कुशीत घेऊन होतं; ऊब देत होतं.

"तू मला जवळ नाही घेणार? माझ्याशी संग नाही करणार? तुला थंडीचा दंश झालेला..."

गेल्या काही दिवसात निःसंकोचपणे ही वाक्यं म्हणणारी धारिणी ह्या क्षणी किती लाजली, संकोचली.

त्यानं तिच्या ओठांवर ओठ ठेवले. तिला आणखी जवळ घेतलं.

"धारिणी, ह्या क्षणी माझा संपूर्ण देह एक देहपात्र झालंय आणि त्याला भरभरून प्रेम मिळतंय. आणखी संग कसला असतो! दोन मनं एकमेकांच्या भेटीला येणं, दोन आत्मे एकमेकांना भेटायला येणं हाच संग, हीच ऊब. अनाथपणाचं विष पसरलं होतं. पण आज ते सगळं विष उतरलं."

तो मध्ये लहान होत धारिणीच्या कुशीत जात होता, तर मध्येच स्वत: तिला कुशीत घेत होता.

सकाळी सगळे जण पुढे निघाले.

नकुल मात्र थोडा अडखळला.

"धारिणी, मला प्रेम हवं होतं, ते मिळालं; पण तुला अजून प्रवास करावा वाटत असेल, तर मी तुझ्यासोबत येतो."

"नकुल, तुझा सहवास हवाय हे खरं, पण अजूनही मला प्रवास संपला आहे, असं वाटत नाही. मला अजून काहीतरी गवसायचं आहे आणि ती जाणीव मला होतेय. वाटल्यास तू इथे जवळपासच्या वस्तीत राहतोस का? परत येताना मी तुला भेटेन."

"नाही धारिणी. आता ह्या सुखाला मी अंतर देणार नाही. तुझ्या आयुष्यात आता माझी कायमची वस्ती आहे. जिथे तू, तिथे मी. चल, जाऊ या."

त्या दोघांमध्ये निर्माण झालेला बंध सगळ्यांच्या लक्षात येत होता. त्यांच्या चालण्यात, चालण्याच्या भूमिकेत बदल झाला होता. एकमेकांसोबत एवढे दिवस असूनही आज जणू ते प्रथम एकमेकांसोबत चालत होते. पावलागणिक ते चालण्यातला आनंद उपभोगत होते.

"काय नकुल, खूप आनंदात दिसतो आहेस!" वाटाड्यानं विचारलं.

"हो, मी प्रेमाच्या शोधात निघालो होतो. मला खूप प्रेम हवं होतं. मला वाटलं होतं, त्यासाठी मला अनेक व्यक्तींच्या प्रेमाची गरज आहे आणि मलाही अनेक व्यक्तींवर प्रेम करावं लागेल. पण आज कळालं, ते निरतिशय प्रेम एका व्यक्तीकडून आपल्याला मिळू शकतं आणि तेवढंच भरभरून प्रेम आपणही तिच्यावर करू शकतो."

"पण अनेकांवर प्रेम करण्याचं स्वप्न...."

"हं! तसे महात्मेही असतात अभिमन्यू. ते अनेकांवर प्रेम करू शकतात; पण मी अनाथ ह्या शब्दात अडकून होतो, तो आत्ता बाहेर पडलो. सध्या मी मला गवसलो आहे. बघू या, मी ह्या प्रेमाचा परीघ किती वाढवू शकेन ते." नकुलनं खरंखुरं उत्तर दिलं. धारिणीला किंचित हसू आलं.

'नकुल आपल्याला प्रेम मिळालं म्हणतोय, पण अजूनही त्याला प्रेमाचा परीघ वाढवायचा आहे!' ती मनाशीच म्हणाली.

***

प्रवासात सगळेच थकत होते. तो कल्पप्रदेश जवळ आला म्हणता म्हणता अजून येत नव्हता. थंडीच्या रात्री कूस बदलत होत्या. थंड नि:श्वास सोडत होत्या.

"आता कधी येणार कल्पप्रदेश?" धारिणी खूपच दमली होती.

"चल, माझ्या आधारानं चलतेस?" चेतननं पुढे येत म्हटलं.

तेवढ्यात नकुलच पुढे आला.

"नको चेतन. ती थंडीत तुमच्या अंगावर शरीराचं वस्त्र पांघरते आणि तुम्हाला जगवते तेवढेच पुरे. आता तिच्या बाकीच्या गरजा, तिचा आधार ही माझी जबाबदारी आहे."

चेतनसह सगळ्यांनाच हसू आलं.

"बरं बाबा, तू म्हणतोस तसं. आम्ही काही धारिणीला पळवून नेणार नाही, एवढं मात्र निश्चित. ती तुझीच आहे."

"अं! हो, ती माझी आहे, माझी आहे." नकुल पुटपुटला आणि त्याच्या डोळ्यांत पाणी आलं. त्यानं चेतनचे हात हातात घेतले.

"माफ कर मित्रा, क्षणभर मी स्वार्थी झालो होतो. त्या जगाचे नियम मनावर एवढे ठसलेत की, ह्या प्रवासातले नियम वेगळे आहेत, हे माझ्या लक्षात राहिलं नाही; पण

आयुष्यात ज्याला प्रथम कुणी 'त्याचं' म्हणून मिळतं, तेव्हा असंच होत असावं.''

''हो, खरंच.'' वाटाड्या म्हणाला. ''पण ज्यांना आयुष्यात त्यांचे असे 'अनेक' असतात, त्यांनादेखील त्यांच्या प्रीतीत दुसरा भागीदार चालत नाही. ज्याच्यावर प्रेम आहे, त्याच्यावर जणू त्यांचा मालकी हक्क सिद्ध होतो. तिकडच्याही जगात हे असं होतं नकुल. तू वाईट वाटून घेऊ नकोस. प्रेमातही असे विकार येत असतात. ते हळूहळू दूर करावे लागतात. कारण एकदा मालकीची जाणीव झाली की, अनेक वाटांचे चक्रव्यूह मनात निर्माण होतात. आणि प्रेमापर्यंत पोचणं अवघड होतं. गंमत म्हणजे, ज्या क्षणी एकमेकांत प्रेम निर्माण होतं, तोच क्षण मालकी हक्काच्या भावनेलाही जन्म देतो आणि परमेश्वरानं निर्माण केलेली ही शुद्ध जाणीव बटबटीत होते. ह्या प्रवासात तुला जे हवं ते मिळालं. ते त्याच स्वरूपात निखळपणे असू दे. नाही तर ह्या प्रवासाचा काय उपयोग?'' वाटाड्या.

''अभिमन्यू, तुला मनाच्याही वाटा कळतात का रे?'' नकुलनं विचारलं.

''हं ऽऽ थोड्याफार. तसा मनाचा अथांग प्रदेश स्वत:साठीही अज्ञात असतो. कधीतरी एखादी घटना, एखादी भावना त्याच्यावर प्रकाश टाकून जाते आणि त्या प्रदेशाच्या दर्शनानं आपण अवाक होतो. ह्या अडीच हाती शरीराच्या थराखाली मनाचा कितीतरी मोठा प्रदेश पसरलेला असतो. त्याच्या आभाळासह, सृजनशील मातीसह, अनेक क्षितिजांसह कितीतरी वादळं येतात. कधी सुगंध उधळले जातात, कधी भावनांचे महापूर येतात. कधी क्षितिजं संकुचित होतात, तर कधी दूर दूर जात मनाला मोठं करत जातात. कधी संघर्ष, तर कधी उदार व्याप्ती! कधी काही जणांच्या बाबतीत मनाचं अथांग आकाश एवढं सर्वव्यापक होतं की, त्याला क्षितिजच उरत नाही. असे महात्मेही आपण पाहतो ना! ह्या मनात येणारी वादळं ह्या अडीच हाती शरीराच्या पेशीपेशींना घुसळून टाकतात. त्या कधी अर्धमेल्या होतात, तर कधी मनात उगवणारे सूर्य शरीराच्या पेशीपेशीत आपलं तेज ओततात. त्याशिवाय आणखीन एक मनापलीकडचं जे ह्याच शरीरात वसत असतं, जे मनाचं प्रसरण घडवतं, जे सर्वसाक्षी असतं, जे अनेकांच्या मनाच्या भावना स्वत:च्या मनापर्यंत आणून सोडतं, दुसऱ्यांचं दु:ख, वेदना, सुख, आनंद हे सर्व स्वत:च्या मनाला सर्वांभूती होत परिचित करून देतं, माणसाला जनावराच्या पातळीतून उंचीवर आणतं, ते आत्मतत्त्व!

''हे सगळं ह्या अडीच हाती शरीरात घडतं. जेव्हा आपण स्वत:च्या पलीकडे जातो, तेव्हा कळतं की, ते शरीर केवळ माध्यम आहे. बाहेरचं ज्ञान आत घ्यायचं आणि आतलं बाहेर प्रगट करण्याचं. शरीर म्हणजे 'मी', मन म्हणजे 'मी' की आत्मा म्हणजे 'मी?' प्रत्येक जण आपापल्या कुवतीनुसार उत्तरं स्वीकारतो. तसा वागतो.''

''मग तो इतरांचं मूल्यमापन कसा करतो?''

"माणूस नेहमी स्वतःला आदर्श समजतो आणि आपली अशी एक प्रतिमा निर्माण करतो. त्या प्रतिमेच्या कक्षेत येणारे लोक त्याला जवळचे वाटतात. प्रतिमेच्या कक्षेबाहेर जाणारे लोक त्याच्यासाठी परके असतात. वाईट माणसाला वाईट जवळचे वाटतात. गुन्हेगारांना गुन्हेगार जवळचे वाटतात; पण ज्याला सर्वव्यापी व्हायचंय, त्याला स्वतःची प्रतिमा तोडावी लागते. तरच त्याला सगळे जवळचे वाटू शकतात. अगदी वाईट गुन्हेगारही आपले वाटतात.''

"तुम्ही हे अनुभवलं आहे?''

"काही अंशी. तुम्हाला वाट दाखवण्याचं काम तुमच्यासाठीचं आहे. त्यात माझा स्वार्थ काहीही नाही. पण खूपदा आपलं वर्तन कशात मोडतं, हे आपल्यालाही कळत नाही. कळण्याचाही क्षण यावाच लागतो. म्हणून आपण आपलं भावतं तसं वर्तन करत राहावं. कोणत्या ना कोणत्या क्षणी कळेल आपलंही संचित.''

सगळेच जण वाटाड्याचं बोलणं ऐकून अंतर्मुख झाले.

अखेर धारिणी काही उमजून म्हणाली, "अभिमन्यू, खरं सांगू, तू नुसताच आम्हाला प्रवासाच्या वाटा दाखवत नाहीस. तू आयुष्याच्या, मनाच्या, विचारांच्या वाटाही दाखवतोस. नुसतं चालून नाही, तर ह्या तऱ्हेनं विचार करूनही माणूस संपन्न होतो. तुझ्यासारखा वाटाड्या मिळणं आमचं भाग्य आहे!''

"कदाचित म्हणूनच तुला त्या 'कुणी' तरी वाटाड्या म्हणून निवडलं असेल.'' चेतन म्हणाला.

"मलाही काय ते कळायचं आहे. बघू या. त्या क्षणाची वाट पाहणंच आपल्या हाती असतं.''

✱✱✱

जवळचे खाण्याचे पदार्थ संपत आले होते. जे आहे, तेच पुरवून पुरवून खावं लागत होतं. आधी थोड्या थोड्या अंतरावर वस्त्या असायच्या, खाण्याचे पदार्थ सोबत घेता यायचे; पण आता एवढ्या उंचीवर वस्त्या तुरळक होत चालल्या होत्या. ज्या होत्या, त्या हिमवर्षावामुळे रिकाम्या झाल्या होत्या. लोक राहायला खाली गेले होते. सर्वत्र पसरलेलं बर्फ, बर्फाचीच झाडं, बर्फात झाकल्या गेलेल्या वाटा! दरीकपारीतून येणारा भणाणता वारा अंगावर कधी कधी भीतीचा शहाराही उमटवत होता, पण अभिमन्यूमुळे बर्फातल्या वाटा दिसत होत्या. 'कल्पप्रदेशात जायचं' हे स्वप्न त्यांना पुढे पुढे खेचत होतं.

दोन दिवस झाले होते. अगदी थोडं थोडं पुरवून खात होते, ते अन्नपदार्थही संपले होते. काय खायचं, हा प्रश्न निर्माण झाला होता. वनस्पतीतर नावालाही

नव्हती आणि अशातच एक हिम अस्वल फिरत फिरत तिथे आलं. प्रसंग अटीतटीचा होता; अस्तित्वाचा होता; भुकेचा होता. एक अस्वल त्या सगळ्यांना बरेच दिवस पुरणार होतं.

"अस्वल मारायचं?"

"दुसरा मार्ग नाही. इतर वेळी शेळ्या-मेंढ्या-कोंबड्या खातोच की आपण! आज हे अस्वल."

त्यांनी अस्वलाची कोंडी केली. अस्वल चपळ नव्हतं. तिथल्या तिथेच गुरकावत झुलत राहिलं. चेतननं चपळाईनं एक घाव वर्मी घातला.

अस्वलाची तडफड, वेदना, मरण, अखेरचे श्वास....

आणि तेवढ्यात धारिणी ओरडली; वेदनेनं, दु:खानं!

"काय झालं?"

"ते... ते बघा...." तिनं त्या अस्वलाच्या पायांकडे दाखवलं.

ती अस्वलीण होती. गर्भार होती आणि त्या मरत्या क्षणी ती पिल्लाला जन्म देत होती. ओरडत होती, विव्हळत होती. वर्मी लागलेल्या घावाची वेदना, बाळ बाहेर येण्याची वेदना! बाळाला जन्म देऊन आपण मात्र मरून जाणार. त्याची देखभाल कोण करणार? ह्या वात्सल्याच्या वेदना.

धारिणीचं मन तुटत होतं. सगळेच ते दृश्य पाहत होते. 'केवढी मोठी चूक अविचारानं करून बसला!' ते मनाशी चूक कबूल करत होते.

जखमी आईचा जोर कमी पडत होता. श्वास आता तुटायला लागले होते. पिल्लू बाहेर पडायला धडपडत होतं. पण आईच्या अंगी बाळाला पुढे ढकलायचं, रेटा देण्याचं त्राण उरलं नव्हतं. ती मरण्यासाठी आचके देत होती, बाळाला जन्माला घालायला पाय झाडत होती. आर्त चीत्कार काढत होती.

धारिणी धावत पुढे झाली.

"नकुलऽऽ" ती ओरडली.

नकुलही पुढे आला.

"नकुल, तिचे पाय गच्च धर. मी पिल्लाला ओढून काढते."

नकुलनं तिचे झाडणारे पाय धरले.

धारिणीनं त्या पिल्लाला बाहेर ओढलं.

त्या आईची एक वेदना संपली; काळजी संपली. ती शेवटची आचके देत होती. मरणाची एकमेव वेदना सहन करीत होती. त्याही अवस्थेत ती धारिणीकडे पाहत होती. 'का मला मारलं आणि आता उपकार का केले? कशाचाच अर्थ मी लावू शकत नाही.' तिची विझती दृष्टी सांगत होती. पुढच्या क्षणी तिनं आपल्या पिल्लाकडे पाहिलं, त्या धडपडणाऱ्या पिल्लाला चाटलं; पण आता ती जीभही

बाहेर काढू शकत नव्हती. मृत्यू तिच्या चेतना विझवू लागला होता.

धारिणीनं तिच्या अंगावर हात फिरवला.

"मी सांभाळीन तुझ्या बाळाला." ती रडत म्हणाली.

त्या क्षणी तो स्पर्श, धारिणीच्या शब्दातलं आर्तपण त्या अस्वलिणीला कळलं. ती आता वेदनेच्या पलीकडे चालली होती; जीवनाच्या पलीकडे चालली होती. तिनं फक्त धारिणीकडे पाहिलं आणि शेवटचा श्वास सोडला.

धारिणीला रडू फुटलं.

"धारिणी...अगं...एक अस्वल..."

"एक अस्वल नाही नकुल, एक आई. बाळाला जन्म देणारी आई. शेवटी आई सर्वत्र एक असते. प्राण्यातली, पक्ष्यातली, माणसातली!"

तिनं बाजूच्या बर्फानंच त्या पिल्लाला स्वच्छ केलं.

जड मनानीच त्या अस्वलिणीला सगळ्यांनी उचललं. अखेर सगळ्यांना जिवंत राहायचं होतं.

धारिणीलाही.

पण तिला त्या आईला दिलेला शब्दही पाळायचा होता.

त्या नवजात पिल्लाला तिनं आपल्यासोबत घेतलं.

आता ह्याला खायला काय द्यायचं? एक मोठा प्रश्न समोर उभा राहिला.

तेवढ्यात वरच्या वस्तीवरून एक माणूस खाली येताना दिसला.

तो ते अस्वलाचं पिल्लू पाहून थांबला. त्यानं त्यांच्या हातातला अस्वलिणीचा मृतदेहही पाहिला.

"अरे! वाईट केलंत, फार वाईट."

"आम्हाला माहिती नव्हतं." चेतन म्हणाला.

"मादी जडावलेली असेल. म्हणून तर तुमच्या हाती सापडली. नाहीतर अस्वलं पटकन पळून जातात. आता लक्षात ठेवा, पोटुशीचं चालणंच सांगत असतं की, ती पोटुशी आहे. सोबत एक पोटुशी बाई असून तुम्हाला कळत नाही हे!" तो धारिणीकडे पाहत म्हणाला.

"काय?" धारिणी उद्गारली.

"हं. तू पोटुशी आहेस. तुला कळालं नाही वाटतं अजून! फार तर एखादा महिनाच झाला असेल तुला. पण पोटुशी बाई केवळ शरीरानंच पोटुशी नसते! ती मनानंही आई झालेली असते. त्यावरून तर लक्षात यावं. त्याशिवाय का तू त्या पिल्लाला एवढं जवळ घेतलं आहेस छातीला लावून? बरं, हे माझ्याजवळ मासे आहेत. त्याला खायला घाल."

त्यानं चार-पाच मोठे मासे तिच्यापुढे धरले. ती अजूनही संज्ञेत आली नव्हती.

तिनं नकळत हात पुढे केला आणि ते मासे घेतले.

"पुढे गेलात तर एक तळं आहे."

"काय? तळं? ह्या पर्वतात?"

"हं. जिथे जागा मिळते, तिथून पाणी वाहतं; जिथे जागा मिळते, तिथे साचतं. आपण आपलं त्याला तळं किंवा नदी म्हणतो."

चेतननं पटकन वाटाड्याकडे पाहिलं.

तोही असाच बोलायचा. वाटाड्या किंचित हसला.

"त्या तळ्यात मासे आहेत."

"तिथल्या तळ्यात मासे!" आश्चर्यानं नकुल उद्गारला.

"हं. जिथे पाणी मिळेल, तिथे मासे जन्म घेतात. सगळ्यांचंच असं असतं. जिथे परिस्थिती मिळेल, तिथे आपण जगतो; प्रसंगी अस्वल खाऊनही. जगण्यासाठी जगायचं, जगण्यासाठी चालायचं, जगण्यासाठी प्रेम करायचं आणि जमलं तर दुसऱ्याच्या जगण्यासाठी आपण मरायचं."

"म्हणजे?"

"दुसऱ्यांसाठी पृथ्वीवर जागा करायला हवी ना म्हणून!"

सगळेच गप्प बसले.

"बरं, तुला एक सांगतो, त्या पिल्लाला तू फार दिवस सांभाळू शकणार नाहीस. ही अस्वलं बर्फातली उष्णताच शोषून घेऊ शकतात. आपल्या अंगातली उष्णता त्यांना घेता येत नाही. थोडं पुढे गेलात, तर ते तळं लागेल. त्या तळ्यात कितीतरी मासे थिजून पडले आहेत. तुम्हालाही ते कामाला येतील. ह्या पिल्लाला तिथवर नेऊन सोडून दे. ते आपले मासे शोधून घेईल; खाईल. फक्त तिथपर्यंत ने. नाहीतर ही लहान लहान पावलं फारसं अंतर चालू शकणार नाहीत. अधेमध्येच कोलमडतील."

तिनं त्या पिल्लाला आणखी जवळ घेतलं. त्याच्या अंगावर गाल घासला.

ते पिल्लू आपल्या इवल्याशा डोळ्यांनी टुकुर टुकुर बघत होतं.

तिनं एक मासा त्याच्यापुढे धरला.

हे खाद्य अनेकदा खाल्लं असल्यासारखं त्यानं पटकन तोंडात घेतलं. आपल्या नाजूक, पण अणकुचीदार सुळ्यांनी ते त्या माशाला चावू लागलं.

"बघ, ही प्राण्यांची पिल्लं माणसांच्या पिल्लांसारखी नसतात. लगेच खाणंपिणं शिकून घेतात. बरं. मी जातो."

तो निघून गेला.

पण सगळेच थबकले होते. वाहतं पाणी अचानक गोठावं तसे.

धारिणी आपल्या रजस्वाचे दिवस आठवत होती. ह्या प्रवासात दिवसरात्रही

लक्षात राहिले नव्हते. त्यात थंडीमुळे तिनं सगळ्यांशी केलेला संग आणि आत्ता वरून आलेल्या माणसानं सांगितलेलं तिचं गर्भारपण. 'खरंच! तो म्हणाला तसंच आहे. स्त्री केवळ शरीरानं गर्भार राहत नाही; मनानंही गर्भार राहते. म्हणून तर त्या अस्वलिणीची वेदना आपण साहू शकलो नाही. आपण त्या पिल्लाला जन्म घ्यायला मदत केली. त्याला जपू, हे आश्वासन दिलं. खरंय! ही मातृत्वाचीच खूण आहे.' तिनं ओटीपोटावरून हात फिरवला.

नेहमीचं तिचं सपाट पोट किंचित फुगीर झाल्याचं तिला जाणवलं.

रात्र झाली होती. पौर्णिमा असल्यानं चांदणं बर्फावरून ओघळून वाहत होतं. ह्या क्षणी बर्फ नुसता चांदीचा झालेला होता.

आणि अचानक तिला अमावस्या आठवली. हो, अमावस्याच होती, जेव्हा ती रजस्वला होती. त्यावर एक अमावस्या उलटून आज पौर्णिमा होती. 'म्हणजे... त्या माणसाचं बोलणं खरंच होतं तर! आपण आई होणार! तिच्या शरीरभर ऊर्मी भिरभिरत गेली. एक जीव आपल्या शरीरात वाढतो आहे. ह्या धरणीसारखं आपणही जीवन प्रसवणार आहोत. ती क्षमता आपल्यात आहे. त्या होणाऱ्या बाळावर संस्कार करायचे. त्याला वाढवायचं. मातीच्या कुशीत आपण वाढत राहतो तसे.'

"मी... मी... आई होणार आहे. त्या माणसानं खरंच सांगितलं."

"अं?" चरबीच्या ज्वाळांवर मांस भाजणाऱ्या इतरांनी एकदम चमकून धारिणीकडे पाहिलं. तिचे डोळे ह्या क्षणी अथांग झाले होते. तिच्या गात्रागात्रांतून आई जाणवत होती.

काही क्षण सगळेच गप्प होते.

मग घसा खाकरत चेतननं तिला विचारलं, "ह्या मुलाचे वडील कोण आहेत?"

"बीजरूपानं कोणाचं बीज माझ्यात रुजलं, हे मी सांगू शकत नाही. कारण मी तुम्हा सर्वांशी मी संग केला होता."

"मग ते मूल नको असलं तर पाडून टाक. ज्याच्या बापाचा पत्ता नाही."

"चेतन!" तीव्र स्वरात ती उद्‌गारली. "चेतन, माझं बोलणं पूर्ण झालं नाही. एक तर मी हा गर्भ पाडणार नाही. कारण जीव जन्माला घालणं, हे सगळ्यात मोठं स्वप्न असतं, हे मला त्या अस्वलिणीनं सांगितलं. अगदी मरता मरता तिनं आपलं स्वप्न पूर्ण केलं; पिल्लाला जन्म देऊन. आई होणं केवढं मोठं स्वप्न आहे, हे तिच्या वेदना, तिची तडफड मला सांगून गेल्या. आणि हे स्वप्न हे साक्षात 'जिवंत स्वप्न' आहे. माणूस सर्वकाही मिळवतो. अनेक भौतिक गोष्टी मिळवतो, पण तो त्यात जीव ओतू शकत नाही. पण ते काम मला जमलंय. माझं स्वप्न सत्यात आलं. स्वप्न भिरभिरत असतं. सत्य स्थिर असतं. त्या स्थिरतेचा, शांतीचा मी

अनुभव घेते आहे. अभिमन्यू, मला जो शोध होता, तो हाच होता. आता मी केवळ धारिणी राहिले नाही, आईही झालेय. माझा प्रवास संपला. मी त्या गोठलेल्या तळ्यापर्यंत येणार आहे आणि ह्याला तिथे सोडून परतणार आहे.''

अभिमन्यूही तिच्या निर्णयानं गडबडला.

''एवढ्या अचानक तुला सत्य गवसलं? आश्चर्य आहे! पण हेदेखील खरंच आहे की, तो अनुभूतीचा एकच क्षण असतो, जो तुमच्या पुढ्यात स्वप्नाला सत्याचं रूप देतो. पण एक सांग धारिणी, ह्या मुलाला तू कुणाचं नाव देणार? तू परत त्या जगात जाशील, तेव्हा पुन्हा तिथल्या नीतिनियमांना तुला जवळ करावं लागेल. जगाला तुला बाळाच्या पित्याचं नाव सांगावंच लागेल...''

धारिणीनं नकुलकडे पाहिलं. नकुलचे शांत डोळे, डोळ्यांत उत्कंठा, धारिणीचे शब्द पटकन बाहेर पडावे, म्हणून उतावीळपणाही!

''नकुल, मी तुझं नाव बाळाला देईन. तुला चालेल?''

नकुलचं मन भरून आलं.

''अगं, पण तुझा-त्याचा संगही झाला नाही.'' वाटाड्या म्हणाला.

''तेही तुला माहिती आहे तर! हो, त्याचा-माझा संग झाला नाही, पण झालाही. माझी न् त्याची मनाची वाट मनापर्यंत पोचली. आमचं आत्मिक नातंही निर्माण झालं. ह्या बाळाचा जो अर्धा अंश माझा आहे, तो त्याला त्याचा असण्यासाठी पुरेसा आहे. मनानं, आत्म्यानं एक होणं अधिक महत्त्वाचं असतं. ते गरजांपलीकडचं असतं. अशा भौतिक गरजांपलीकडे आम्ही गेलोत. इतरांशी जो संग झाला, तो केवळ त्यांनी जिवंत राहावं म्हणून. त्यात ना मी, ना ते मनाने सहभागी होते; पण माझ्या प्रत्येक क्षणात नकुल सहभागी आहे.''

''नकुल, तुला हे मान्य आहे?'' वाटाड्यानं विचारलं.

''अभिमन्यू, तू वाटाड्या आहेस. तू सगळ्या तऱ्हेच्या वाटा जाणतोस, हे मला माहीत आहे. हा माझा प्रवास मनानं मनापर्यंत जाण्यासाठीच होता, हे मला कळालं. मनाच्या अथांग प्रेमात जे समाधान आहे, ते मला मिळालं. माझे हे अंश बाळापर्यंत निश्चित पोचतील; त्याच्या मनाच्या स्रोतातून. शरीरानं ते मूल कुणाचं आहे, हे ह्या दोघांपैकी कुणीही सांगू शकत नाही; पण ते माझं निश्चित नाही, हे मी सांगू शकतो; पण त्याच वेळी हे मूल अंत:करणानं केवळ माझं आणि धारिणीचं आहे, हेही मी सांगतो. माझ्या जन्माचा दुसरा क्षण उकिरड्यावर होता. पण ह्या बाळाला असं एकाकीपण येणार नाही. लहानपणी हाताला न गवसणारं आभाळ पांघरूण म्हणून पांघरणं, त्या आभाळाचे सर्व ऋतू सहन करणं, किती अवघड आहे, ते मी जाणतो. आज ह्या एका आईनं आपल्यातून दुसऱ्या जीवनाला जन्म देणं, हे मरणापेक्षाही श्रेष्ठ आहे, हे दाखवून दिलं. त्यामुळे मी जन्मदात्रीचा आदर

करतो. जन्म घेणाऱ्या जीवनाचा आदर करतो. त्यामागे उभ्या असणाऱ्या निसर्गाचा आणि त्याच्या सातत्य टिकवण्याच्या इच्छेचा आदर करतो. हे बाळ म्हणून माझं असेल. एका परक्या बाळाला आपलं समजून त्याला आपलंसं करणं, हे माझं विस्तारलेलं प्रेम आहे. माझं धारिणीवरचं प्रेम कदाचित मानसिक गरजेतून निर्माण झालं असेल; पण ह्या बाळाबद्दलचं प्रेम तसं नाही. मी जगात कुणावरही प्रेम करू शकेन, ह्याची मला आता खात्री वाटते आहे. प्रेम गवसणं म्हणजे कुणाचंतरी प्रेम मिळणं आणि त्याहून अधिक प्रेम आपण करणं.''

धारिणी समाधानानं हसली. वाटाड्याच्या डोळ्यातही आनंद उभारून आला.

''खरोखरच तुम्ही जिंकलात. तुमचा कल्पप्रदेश तुम्हाला गवसला.''

''खरंच अभिमन्यू! मलाही ते जाणवतंय. आणि ह्याखेरीज आणखीही...'' धारिणी म्हणाली.

''काय?''

''मी आजवर हा स्त्रीदेह म्हणजे 'आत्म्यावरचं वस्त्र' म्हणत आले होते. कारण स्त्रीला घातलेल्या मर्यादांनी मी त्रस्त झाले होते, पण आज मला त्या स्त्रीदेहाचं महत्त्व, सामर्थ्य कळतंय. त्या आत्म्याच्या वस्त्रात निसर्गानं केवढी सृजनशीलता लपवली आहे, ते मला कळालं. आता हा स्त्रीदेह मला केवळ वस्त्र वाटत नाही. तो देह एक वेगळं अवकाश आहे. जिथे जन्माचे सोहळे होत असतात. पोषणाचे झरे वाहत असतात.'' तिनं बोलता बोलता नकुलचा हात हाती घेतला. त्या अस्वलाच्या पिल्लाला आणखी जवळ घेतलं.

आपल्या ओटीपोटातूनही काही हुंकारतंय, असं तिला जाणवलं.

कल्पप्रदेशाच्या जवळ कधी जाऊ, असं सगळ्यांना झालं होतं, तर धारिणी आणि नकुलला आपण त्या माशाच्या सरोवरापाशी कधी पोचतो, असं झालं होतं. अगदी दुसऱ्याच दिवशीपासून ते अस्वलाचं पिल्लू धारिणीला ओळखू लागलं होतं. ते तिला मध्येच जिभलीनं चाटत होतं. ती त्याला आपल्याजवळचे, त्या माणसानं दिलेले मासे खाऊ घालत होती. रात्री ते धारिणीच्या कुशीत शिरत होतं आणि त्या वेळी धारिणी रक्तारक्ताच्या थेंबाथेंबातून वात्सल्यानं उचंबळून येत होती. एक बाळ आपल्याही पोटात आहे, याची जाणीव तिला होत होती.

आता वाट आणखी अवघड झाली होती. उंचवटा लहानसा असला, तरी बर्फाच्या निसरडेपणामुळे तो चढता येत नव्हता.

आता त्यांना आपल्याजवळची पहार, दोर, टोचे, गळ सगळंकाही काढावं लागलं. त्यांनी गळाला दोर बांधला, वर फेकला. टोच्यानं बर्फात पावलं ठेवायला जागा केली आणि ते वर चढले. हे सगळं कसं करायचं, ते वाटाड्या सांगत होता.

''तू कितीदा प्रवास केलास इथून?''

"ह्या वेळी पहिल्यांदाच प्रवास करतोय."

विचारणाऱ्याला आश्चर्य वाटलं.

"पहिला प्रवास असून तुला प्रवासाचं एवढं ज्ञान कसं? कसं कळतंय तुला वर कसं जायचं ते?"

तो नुसताच विचारणाऱ्याकडे पाहत राहायचा. कारण ह्याचं उत्तर त्याच्याजवळही नव्हतं. एका सकाळी सूर्याच्या प्रार्थनेनंतर त्याला वाटा दिसायला लागल्या, एवढंच काय ते स्पष्टीकरण होतं.

"अरे, हा पहारीचा खुंटा ठोकला पाहिजे. थोडा सैल झाला बघ. दगड पाहा तर एखादा!" वाटाड्या म्हणाला.

"दगड! इथे बर्फाशिवाय दुसरं काही दिसतं तरी आहे का?"

"पण हा दांडा ठोकायला हवा ना!"

तेवढ्यात कांचनला काही आठवलं.

"अरे हो, त्या भिकाऱ्यानं काहीतरी दगडासारखंच मला दिलं होतं. बघू या त्यानं ठोकता येतं का."

त्यानं ती दगडासारखी वस्तू काढली. पहार दांड्यात अडकवली आणि त्यानं पहारीचं पातं त्या वस्तूनं ठोकलं. आणि सगळेच आश्चर्यचकित झाले. ते लोखंडाचं पातं सोन्याचं झालं आणि झगमगू लागलं.

"अरे, हा तर परीस!" कांचन आणि चेतन दोघंही उद्गारले.

वाटाड्या मात्र काहीसा शांत होता.

"वा! त्या भिकाऱ्यानं 'काही उपयोगाचा नाही' म्हणून तो मला दिला. म्हणजे वेडाच म्हटला पाहिजे तो आणि कमनशिबीही! जवळ परीस असून त्याला कळालं नाही की, आपल्याजवळ परीस आहे. तो गरिबीतच राहिला."

अभिमन्यू किंचित हसला.

"तो कसा जगला, परीस असूनसुद्धा त्याला काय काय भोगावं लागलं, खरंच त्याला आपल्याजवळ परीस आहे हे माहीत नव्हतं की तो त्या परिसाला, परिसामागोमाग येणाऱ्या जीवनाला कंटाळला होता, ह्या अनेक प्रश्नांची उत्तरं आपल्याला माहिती नाहीत. तेव्हा त्याच्याबद्दल काही विधान करणं अवघड ठरेल."

पण त्याचं बोलणं कुणीही फारसं मनावर घेतलं नाही.

"बघू परीस." म्हणत चेतननं तो परीस हाती घेतला आणि उत्सुकतेच्या उर्मीनं तो परीस गळाला लावला. तो गळ सोन्याचा झाला.

वाटाड्या 'अरे! अरे!' म्हणेपर्यंत त्याने जवळच्या इतर लोखंडाच्या वस्तूंना परीस लावला.

आता मात्र वाटाड्या धावत त्यांच्या जवळ पोचला.

"हे काय करताय तुम्ही? अरे, आपल्याला ह्या प्रवासात ज्या गरजेच्या वस्तू आहेत, त्यांना तुम्ही सोन्याच्या करू नका.''

"अं?''

"ह्या प्रदेशात, ह्या प्रवासात आपल्याला लोखंडाच्या वस्तू हव्या आहेत; सोन्याच्या नाही. बघू ती पहार.''

त्यानं पहार हाती घेऊन बर्फावर मारली. पहार वरच्यावरच निघून आली.

"बघ, पाहिलंस. इथे तुझं ते सोनं काही कामाचं नाही. सोनं फक्त अंगावर वागवण्यापुरतं ठीक आहे. पण त्यापेक्षा इतर उपयुक्त धातू आहेत. जसं लोखंड, तांबं....''

"पण आपण तर सोन्याला सर्वोत्तम समजतो.'' कांचननं गोंधळून म्हटलं.

"त्या जगात कांचन! आणि तेही एवढ्यासाठी की, सोनं अत्यल्प प्रमाणात मिळतं. समज, उद्या तू ह्या परिसाच्या साहाय्यानं सर्व लोखंडाच्या वस्तू सोन्याच्या केल्यास तर! जे विपुल प्रमाणात असतं, त्याला आपण कधी किंमत देतो? ज्या मातीमुळे आपण निर्माण झालो आहोत, त्या मातीच्या विपुलतेमुळे मातीचं ऋण आपण कधी मानलंय? तिला कधी सोन्यापेक्षा अधिक समजलंय? तू सोन्याचे फाळ नांगराला लावलेस, तर जमीन नांगरली जाईल? घराच्या भिंतींच्या आत वापरल्या जाणाऱ्या लोखंडाऐवजी सोनं वापरलंस, तर ते घराला भक्कमपणा देईल? माणसानं जे आपले मानबिंदू निर्माण केले आहेत, ते किती पोकळ असतात, हे अशा प्रवासांमधून कळतं.''

"म्हणजे, माझं स्वप्न चुकीचं आहे, असं वाटतं का तुला?''

"अजिबात नाही. मी फक्त तुला सावध करतोय. तुला जी शक्ती मिळाली आहे, तिचा मर्यादित वापर कर. कदाचित त्या भिकाऱ्यानं त्याचा नको तेवढा वापर केला असेल. विनिमयाचं साधन आयुष्याचं ध्येय होऊ शकत नाही, म्हणून त्याला विनिमयाचं साधनच ठेव. आता फक्त एक पहार आणि दोर ह्यांनी वर चढावं लागेल.''

"मला माफ कर.'' कांचन वरमून म्हणाला.

"त्यात काय झालं! आपला प्रवास थांबणार थोडाच आहे! अरे, प्रत्येक घटना आपल्याला काही सांगून जात असते; शिकवत असते. आपण फक्त जिवाचे कान करावेत आणि घटना काय सांगते, ते ऐकावं.''

ते दोरानं वर चढले आणि समोर पाहत राहिले. समोर मोठ्या बशीत बर्फ ठेवलं असावं, तसं सरोवर गोठून पडलेलं होतं. त्या बर्फातच काही मासेही अडकलेले दिसत होते.

धारिणी त्या सरोवराजवळ आली. तिनं आपल्या कुशीतलं पिल्लू तिथे सोडलं.

पिल्लू नकळत तिथे उभं राहिलं आणि त्याला कसलासा वास आला. वास हुंगत त्या वासाच्या दिशेनं पिल्लू गेलं त्या सरोवराजवळ. त्यानं आपल्या नाजूक, पण तीक्ष्ण दातांनी बर्फ उकरला. त्यातून मासा काढला आणि तो पहिला घास अत्यंत सराईतपणे तोडला.

धारिणी पाहत होती. निसर्गाच्या कुशीतला जीव निसर्गाच्या कुशीत शिरला होता. त्याचा मऊ स्पर्श, इवलेसे डोळे, त्याच्याकडे आशेनं बघणारी त्या पिलाची आई!

धारिणीनं आपल्या ओटीपोटावरून हात फिरवला.

"नकुल, आपला प्रवास संपला. आपण परतू या."

"पण आपल्याला रस्ता मिळेल? कारण अभिमन्यू आपल्यासोबत नसेल."

"नकुल, घाबरू नकोस." अभिमन्यू म्हणाला.

"ह्या प्रवासात आपल्या पाऊलखुणा उमटल्या आहेत ना, त्या पुसल्या जात नाहीत; बर्फ पडो किंवा पाऊस पडो; परतीचा रस्ता सोपा असतो. पण तुझा स्फटिक तू पाहा तर खरं!"

"नको. आता मला त्या स्फटिकाची गरज वाटत नाही. आपलं मनच खूपदा स्फटिक होतं आणि काय ते सांगतं. मला मनाची भाषा कळाली. म्हणूनच पुढच्या प्रवासाची गरज नाही."

दोघांनी जड मनानं तिघांचा निरोप घेतला. पुन्हा भेटण्याचं वचन घेतलं.

"अभिमन्यू, तुझी नेहमी आठवण येत राहील. तुझं बोलणं मनाला खूपकाही देऊन जायचं."

"आणि तुझा समंजस स्वभावही मला आठवेल. तुला पाहिल्याक्षणी तुझ्यात प्रकर्षानं लपलेलं मातृत्व मला स्पष्ट दिसलं होतं. बरं झालं, तुला नकुलसारखा साथीदार मिळाला. जो प्रेमावर विश्वास ठेवतो; प्रेमासाठी जगतो. "

"अभिमन्यू, पुन्हा भेटलास की, आम्हाला सांग की, तुला हा प्रवास करून काय मिळालं. कोणतं स्वप्न हाती आलं. कारण आम्हाला काही निश्चित हवं होतं, म्हणून आम्ही प्रवासाला निघालो होतो, पण तू... केवळ आम्हाला वाट दाखवायला? छे! ह्यामागे काही वेगळं प्रयोजन असणार. जेव्हा भेटशील तेव्हा सांग." नकुल म्हणाला.

"निश्चित मित्रा! आणि तुम्ही आता लवकर परता. धारिणीच्या नाजूक अवस्थेला एवढी थंडी चांगली नाही."

धारिणी निघाली, पण तिला काही विचारायचं होतं. तिला रेंगाळलेलं पाहून अभिमन्यूनं विचारलं, "धारिणी, तुला काही विचारायचंय?"

"हो." धारिणीनं मान खाली घातली.

“विचार.” अभिमन्यू तिच्याजवळ आला.

“अभिमन्यू, सगळ्यांना थंडीचा त्रास झाला. मला त्यांना संग द्यावा लागला. पण तू... तुला थंडी वाजली नाही? तुला संगाची गरज पडली नाही?”

विलक्षण आत्मीयतेनं त्यानं धारिणीकडे पाहिलं.

“धारिणी, ज्यांना इतरांना वाटा दाखवायच्या असतात, त्यांनी अनेक वाटा स्वत:साठी बंद करायच्या असतात. मी माझ्या आत्म्यातून ऊब मिळवली. जशी नकुलनं तुझ्या प्रेमातून. त्यानं तरी कुठे संग केला?”

“हं, खरंय.” धारिणीनं एवढंच म्हणाली आणि एका उमाळ्यानं ती त्याच्या पायाशी वाकली.

“मोठा भाऊ किंवा पिता ह्या नात्यानं मला, नकुलला आणि माझ्या गर्भाला आशीर्वाद दे. तुझं-माझं हे नातं मी नेहमी लक्षात ठेवीन. आपल्या नात्यात माझं शरीर कधी अडसर झालं नाही.”

त्यानं तिच्या मस्तकावर हात ठेवला.

“स्त्रीच्या सर्व शक्ती, सर्व सामर्थ्य तुझ्यात जागो.” तो पुटपुटला.

ती दोघं परतीच्या वाटेवर चालू लागली.

आता प्रवासात केवळ तिघं उरले. वाटाड्या, चेतन आणि कांचन.

चेतन आणि कांचन थोडे गोंधळलेले वाटत होते.

“मला कळत नाही, आपण कल्पप्रदेशात पोचण्यासाठी निघालो होतो, पण मध्येच हे तिघं जण थांबले. ह्यांना जे हवं, ते मिळालं, असं वाटलं.” चेतन.

“असं वाटलं नाही चेतन; मिळालं. प्रत्येकानं ज्याचं ज्याचं स्वप्न पाहिलं, ते ते त्यांना मिळालं. ज्या क्षणी ते मिळालं तो क्षण आणि ते ठिकाण हे कल्पप्रदेश असतं आणि तेवढा प्रवासही आवश्यक असतो. प्रवासात आपल्या जवळ जिद्द असते, ‘पुढे जायचं’ ही इच्छा असते आणि महत्त्वाचं म्हणजे आपण एकटे असतो. हे एकटेपणाचं भान निर्णयाला बळ देतं. कल्पना करा की, धारिणी तिच्या नातेवाइकांसोबत असती, सामाजिक बंधनात असती, तर तिला गर्भधारणा झाली असती? तिनं नकुलला आपला सहचर म्हणून निवडलं असतं? नाही.”

“खरं सांगू अभिमन्यू, तिचे आमच्यावर केवढे उपकार आहेत! नाहीतर आम्ही थंडीनं गोठून गेलो असतो.” चेतन म्हणाला.

कांचन मात्र अस्वस्थ झाला होता.

“मला हा परीस मिळाला. मला तर तेच हवं होतं. मग अजूनही मी का चालतोय? मला ते स्वप्नपूर्तीचं भान का नाही आलं?”

“ही उत्तरं आपल्या हातात नसतात कांचन.”

“काही वेळा तर हे प्रवास आयुष्यभरही चालत राहतात. हातात स्वप्न आलं,

तरी त्याहून मोठं स्वप्न पाहत लोक पुढे जात राहतात. काहींना स्वप्नाची पूर्ती व्हायलाच नको असते. त्यांना स्वप्नांची गती हरवावी वाटत नाही. काहींना स्वप्नपूर्ती झाली आहे, हेच कळत नाही, तर काही त्या स्वप्नांच्या परिघाच्या आत स्वत:च्या प्रतिमेला घ्यायलाच तयार नसतात. ते स्वत:च्या प्रतिमेच्या कांचनमृगामागे धावत राहतात.''

''कांचनमृग का?'' चेतननं विचारलं.

''अरे, माणसानं जगताना आत्मपरीक्षण करणं आवश्यक असतं. निसर्गानं दिलेल्या क्षमता आणि आपले प्रयत्न ह्यांतून स्वप्नांचा प्रवास सुरू होत असतो; पण काही वेळा माणसं आत्मपरीक्षण करत नाहीत. कावळ्यानं मोरपिसं लावून घेतल्यानं तो पिसारा फुलवून नाचू थोडाच शकणार? खोट्या क्षमतांची पिसं लावून धावत बसतात आणि दमछाक होते. आयुष्यभर दमछाक करून घेण्यात माणसचं आयुष्य जगणंच राहून जातं. माणसानं जेवढा स्वप्नांवर विश्वास ठेवावा, त्याहून अधिक सत्यावर ठेवावा. स्वप्नं आयुष्याला गती देतात, हे मान्य केलं, तरी आयुष्य जगायला सत्यालाच सामोरं जावं लागतं.''

''मग माझं स्वप्न... कांचनमृग असेल का?'' चेतननं विचारलं. त्याच्यापुढे रंग झिरमिरत होते.

''बघू या काय ते. अजून माझ्यावर सोपवलेल्या कामगिरीचा मलाच अर्थ समजला नाही. मी तरी सगळ्या स्वप्नांचे अर्थ कसे लावू शकेन?'' अभिमन्यू.

'' पण हा कल्पप्रदेश येणार तरी कधी?''

''येईल. बघ, सखी, नकुल, धारिणी यांचा कल्पप्रदेश आलाच की नाही?''

''तो प्रदेश कसा म्हणायचा? त्यांचे प्रदेश व्यक्तींमध्येच सामावलेले होते.''

''माणसांची अधिकाधिक स्वप्नं माणसांमध्येच पूर्ण होतात. काही स्वप्नं स्वत:मध्ये पूर्ण होतात. स्वत:त स्वप्नं पूर्ण होणारी माणसं भाग्यवान! त्यांना स्वप्नांसाठी कोणावर अवलंबून राहावं लागत नाही किंवा स्वप्नं पूर्ण न होण्याचं खापर कुणावर फोडताही येत नाही, पण ज्यांची स्वप्नं इतरांवर अवलंबून असतात, त्यांना मात्र वाट पाहावी लागते. इतरांच्या इच्छेवर स्वप्नांचे तोल सांभाळताना नाकी नऊ येतात. अर्थात स्वप्नं पूर्ण न झालं, तर 'न होण्याची' जबाबदारी इतरांवर टाकून पळवाटही शोधता येते म्हणा!''

''आम्हाला दोघांनाही आमचं भविष्य अनिश्चित वाटतंय.'' कांचन.

''भविष्य नेहमीच निश्चित असतं; जगण्याचं, मरण्याचं, सगळंच.''

''आम्ही स्वप्नांबद्दल बोलतोय. स्वप्नं पूर्ण नाही झाली तर?'' चेतननं विचारलं.

''स्वप्न न बघता जगणारी माणसं आहेतच की! तीही जगतात. त्यांच्या फक्त इच्छा असतात. खाण्या-पिण्या-भोगाच्या; पण त्याही खोट्या नाहीत. जेव्हा जेवण

मिळत नाही, तेव्हा कळतं भूक काय असते! भुकेल्या पोटी फक्त दोन घासांचंच तत्त्वज्ञान निर्माण होऊ शकतं. जेव्हा घरात पाऊस धुडगूस घालतो, तेव्हा घराचं महत्त्व कळतं. जेव्हा थंडीत, फाटक्या कपड्यात अंग आखडतं, तेव्हा कळतं कपड्यांचं महत्त्व. अशाच वेळी एखादा माणूस परिसाच्या मागे जातो.'' अभिमन्यू म्हणाला.

''काही लोकांसाठी जगणं; चांगलं जगणं, हे स्वप्नवतच असतं. भुकेल्यांच्या स्वप्नात भाकरीच येणार. पण ते एक चक्राकार सूत्र आहे. एकदा ह्या सगळ्या गरजा भागायला लागल्या की, माणूस पुन्हा त्यापलीकडे जाऊ पाहतो. अनेक माणसं आपल्याजवळचं वैभव सोडून केवळ एक लंगोटी आणि भिक्षापात्र घेऊन शाश्वत समाधानाच्या शोधात निघून जातात. खरंतर जीवनात सगळंच खरं असतं; मृत्यूसकट. आपलं पोट भरल्यावर दोन घास भुकेजल्याला देणं हे माणूसपण आणि घासातले दोन घास देऊन भूक आणि जेवणाची तृप्ती वाटून घेणं म्हणजे महात्मापण! कांचन, तुजजवळ तर परीस आहे!''

दोघांनी एकमेकांकडे पाहिलं. कांचननं नंतर क्षितिजाकडे पाहिलं. त्या डोळ्यात परिसापलीकडे जाणारी स्वप्नं अचानकच निर्माण झालेली वाटाड्यानं पाहिली.

वाटाड्या समाधानानं हसला.

''मला वाटतंय, कल्पप्रदेश जवळ येतोय.'' अचानकच कांचन उद्गारला. एक अवघड चढ आला.

''आता हा चढ कसा चढायचा! ही चढण चढायची असेल, तर मनाचे पाशही तोडून टाका. भूतकाळ विसरा. भविष्यातले मनसुबे विसरा आणि हलकं झालेलं मन, जाणिवा घेऊन वर्तमानक्षणावर पाऊल ठेवून वर चढा. काळाचे पाश तुटले की, जीवनाचे भार कमी होतात.''

तो अवघड चढ चढून तिघेही एका उंच प्रदेशावर पोचले. तो सपाट असा भाग पर्वतीय परिसरात वेगळाच वाटत होता. त्या सपाट भागापुढे अत्यंत खोल दरी होती. समोर नवीन, वेगळं विश्व सुरू व्हावं, तसा मोठा पर्वत होता. त्या पर्वतापलीकडे काय असावं, ते दृष्टिक्षेपात येऊ शकत नसल्यानं ते अनाकलनीय होतं.

''अरे! इथे तर प्रवास संपला आहे. आता ह्यापुढे आपण जाऊ शकणार नाही.'' वाटाड्या गोंधळला.

आणि तेवढ्यात खाली भेटलेला संन्यासी अचानकच बर्फातून उगवावा, तसा समोर आला.

''प्रवास संपण्यासाठीच असतो, तरी प्रवास संपल्यावर लोक का गोंधळतात?''

''पण आम्हाला 'काही' हवं आहे. ते कल्पप्रदेशातच मिळणार आहे.''

''हो, माहित्येय. तुमच्या स्फटिकात वाचा नं तुमच्या नशिबात काय आहे ते.''

संन्यासी म्हणाला.

"त्या स्फटिकांचाही गोंधळच झाला हो!" कांचन वरमून म्हणाला.

"काय झालं?"

"आम्हाला... म्हणजे मला आणि चेतनला एकमेकांच्या स्वप्नांची ओढ वाटली. त्यात आम्ही... म्हणजे मीच... स्फटिक चोरायचा...." कांचन अपराधी होऊन गप्प बसला.

"पण कांचन, ह्यात केवळ तुझा दोष नाही. मलाही तुझ्या परिसाचा आणि सोन्याच्या स्वप्नांचा मोह पडलाच होता ना!"

"एकमेकांच्या स्वप्नांचे मोह पडत असतात खूपदा." संन्यासी. "पण घोटाळा काय झाला?"

"दोन्ही स्फटिक खाली पडले. दोन्ही एकसारखे. त्यात कांचनचा स्फटिक कोणता आणि माझा कोणता, हे कळेना. मग आम्ही एक एक स्फटिक आपापल्या नशिबाचा म्हणून ठेवून घेतला आणि स्वप्नं पूर्ण झाली की, ती वाटून घेऊ, असं ठरवलं."

संन्यासी जोरानं हसला. समोरचा पर्वतही त्याच्याचसारखं हसू लागला.

"सांगतोय ते लक्षात घ्या. एक तर स्फटिकावर आलेली स्वप्नं ज्याचा स्फटिक त्याचीच असतात. परीस दुसऱ्याच्या नशिबात काम करत नाही आणि रंग दुसऱ्याच्या हातातून उमलत नाहीत. दुसरं म्हणजे स्फटिक अदलाबदल होणं वगैरे सगळं तात्कालिक असतं. तुमचं नशीब तुम्हाला खेळवत असतं; तुम्हाला समजवत असतं. स्फटिकांची अदलाबदल झाल्यानं तुम्ही एकमेकांची स्वप्नं वाटून घेण्याचा समंजसपणा दाखवला; पण कितीही खेळ खेळला, तरी नियती शेवटी योग्य तेच आपल्याला देते. किंवा असं म्हणावं फारतर की, नियती जे देते, ते योग्य समजावं. पण एवढं कशाला? ते स्फटिक काढा ना बाहेर आणि बघा त्यावर कोणती अक्षरं उमटली आहेत?"

दोघांनी स्फटिक हातात घेतले.

"आता डोळे मिटा. मन एकाग्र करा आणि स्फटिकाकडे पाहा."

दोघांनी डोळे मिटले. मन एकाग्र केलं आणि आपापल्या स्फटिकाकडे पाहिलं.

"अरे! माझ्याकडे माझाच रंगाचा स्फटिक आहे. हे काय! केवढे रंग उसळताहेत. म्हणजे माझं स्वप्न पूर्ण होणार. पण... पण... कधी?"

"हो आणि कोणत्या रूपात?" संन्यासी.

"म्हणजे?"

"तू म्हणत होतास ना की, तू रंगवलेली हिरवी झाडं रंगात जिवंत व्हायला हवीत. त्या अर्थानं मी म्हणालो." संन्यासी.

"आणि माझ्या स्फटिकांत दिसतोय सोन्याचा पर्वत! बाप रे! एवढं सोनं! एवढ्या सोन्याचं मी काय करू? आता हा परीसच मला आवश्यक तेवढं सोनं देऊ शकणार आहे. पण एवढं मात्र खरं, माझं नाव होईल – सोन्याचा पर्वत असलेला माणूस!"

"हो आणि माझंही स्वप्न पूर्ण होईल. माझे रंग जिवंत झाले की, माझी दिगंतात कीर्ती होईल. अनेकांच्या ओठी माझं नाव असेल. मला भेटायला अनेक माणसं येतील."

"हं. भेटतील. आश्चर्य पाहिल्यासारखं पाहतील, परत जातील. आपापल्या उद्योगधंद्याला लागतील. हेही केवळ सत्तर वर्षं. तू जिवंत असशील तोपर्यंत. नंतर काय? लक्षावधी वर्षांच्या काळाच्या प्रवाहावर तुम्ही दोघं आपल्या शंभरेक वर्षांच्या आयुष्यानं काय लिहिणार आहात?" संन्यासी.

"तुम्ही आम्हाला नामोहरम करता आहात. आम्ही एवढं चालून आलो, ते काय असं काहीतरी ऐकायला?" कांचन काहीशा रागानं म्हणाला.

"नाही बेटा, मी तुम्हाला स्वप्न पाहण्याची दृष्टी देतोय. मोठी स्वप्नं पाहायला फार मोठी दृष्टी लागते."

"म्हणजे आमची स्वप्नं फार लहान आहेत का?"

"माणसाची स्वप्नं पाहायची कुवत लहान असते. खूपदा स्वप्न केवळ पंचेंद्रियांनी जाणायचं नसतं. ते पंचेंद्रियांतून मनात, मनातून आत्म्यापर्यंत असा प्रवास करत जातं, तेव्हा त्याचं रूप बदलत जातं. पण जाऊ दे. ती शेवटी अनुभूतीची गोष्ट आहे आणि ती तुम्ही घ्याल. ती घेताना एक लक्षात ठेवा, तुम्ही तुमच्या आधीच्या कल्पना, आधीचं आयुष्य हे सर्व बाजूला ठेवायचं आणि केवळ त्या अनुभूतीचं व्हायचं. त्या स्वप्नाच्या भाषेशी तादात्म्य व्हायचं."

"हं." ते दोघं पुटपुटले.

"पण आता तोवर काय इथेच थांबायचं?" वाटाड्या.

"थांबणं म्हणजे काय? तुम्ही थांबलात तरी जग, ही पृथ्वी, हा सूर्य फिरायचा थांबत नाही. काळ थांबत नाही. वाट पाहणं ही मनाची तरल अवस्था असते. तीही थांबत नाही. उद्याच्या पहाटेपर्यंत आपल्याला वाट पाहायची आहे."

"तुम्हाला कसं माहीत?"

"कधी कधी नियती माझ्याशी बोलते. तुमच्यासोबत एक गोड फुलपाखरू होतं."

"सखी... हो... फार गोड पोरगी! खरंच कांचन, कशी असेल सखी?" वाटाड्या उत्सुकतेनं म्हणाला.

"त्या फुलपाखराच्या पंखांचे रंग पुसले गेले. निसर्गात सुरवंटाचं फुलपाखरू होतं. हिच्या बाबतीत फुलपाखराचा सुरवंट झाला."

“पण ती मजेत आहे का? सुरवंट असला तरी काय झालं? त्याचं आपलं जीवन तो आवडीनं जगतोच की!”

“हो. जगतेय ती. फक्त रात्री सुगंधी फुलांवर झेपावण्याची वांझ स्वप्नं पाहते. हळूहळू तिच्या मनाच्या गाभ्यात दु:खाचं मंदिर निर्माण होतंय आणि पुढेमागे ते मंदिर ती कुरवाळत-सांभाळत राहील.”

तिघांनी सुस्कारा सोडला.

“आणि तुमच्या सोबतची ती धारिणी...”

“हो, तिचं काय?”

“धारिणी धरणीचा हुंकार आहे, तर नकुल आकाशाचा. ह्या दोहोंतूनच जग निर्माण होत असतं. त्यांचं आपलं विश्व ते समंजसपणे निर्माण करतील.”

“पण हे तुम्हाला कसं कळलं?”

“तुमच्या मनाच्या तरंगातून तुमच्या मनातल्या व्यक्तींच्या प्रतिमा माझ्यापर्यंत येत असतात आणि मी बरंचकाही जाणू शकतो.”

“भविष्यकाळही?”

“वर्तमान, भूत, भविष्य माणसासाठी असतं, पण द्रष्ट्याच्या समोर काळाचे असे तुकडे न येता अखंड काळच समोर येत असतो. त्याच्यासाठी सगळे काळ एकत्रित असतात. असं कालातीत व्हावं लागतं.”

“ठीक आहे. पण कालातीत झाल्यानं काय होतं?” वाटाड्यानं विचारलं.

संन्यासी क्षणभर काळोख्या होत जाणाऱ्या क्षितिजाकडे पाहत राहिला.

“कालातीत झाल्यानं काय होतं? केवढा अवघड प्रश्न विचारलास. आणि मी खोटं बोलू शकत नाही. कालातीत झाल्यानं जगण्यातली सगळी मजा निघून जाते आणि माणूस कषाय वस्त्र धारण करतो.”

सगळ्यांनी चमकून त्याच्याकडे पाहिलं. नंतर काही काळ शांततेत गेला. त्या वाक्याचा अर्थ त्यांच्या मनाला वेटाळत राहिला.

“तुम्ही कोणतं स्वप्नं पाहिलं होतं? संन्यासी होण्याचं?” अभिमन्यूनं विचारलं.

“नाही बेटा. स्वप्न आणि संन्यास ह्यांचं वावडं आहे. संन्यास सत्याच्याही पलीकडच्या परमसत्याकडे पाहण्यासाठी असतो. त्यासाठी संन्यास घ्यावा लागतो.”

“म्हणून हे कषाय वस्त्र अंगावर चढवलं?”

“ते वस्त्र आपोआपच कषाय झालं. आयुष्यात आणि निसर्गात पानगळीचा ऋतू एकदमच आला. अशाच निरपेक्ष क्षणी झाडाखाली झोपलो असताना झाडाची पानगळ झाली. ती पानंही कषाय रंगाचीच होती. त्या पानांनी आपला रंग माझ्या मनावर आणि वस्त्रांवर सोडला. मनाचे रंग कधी कधी फार पक्के असतात. झाडानं पानगळीच्या ऋतूनंतर आपला रंग बदलला. हिरव्या रंगाची पानं, त्यावर लाल-

पिवळी झाक असलेली फुलं आली, पण माझ्या मनावर, अंगावर ते रंग उमलले नाहीत. डोळ्यात सगळे रंग उतरत असतात; पण काहीच रंगांच्या वाटा व्यक्तीपरत्वे मनापर्यंत जातात.

"पण त्याही अवस्थेत माझं जीवनावरचं प्रेम संपलं नाही; श्वासांवरचं प्रेम संपलं नाही. माझ्या सर्व वृत्ती ह्या निसर्गावर, चराचरावर विखुरल्या होत्या. मग मी मरणाला मारायचा प्रयत्न केला. भीती संपवण्याचा प्रयत्न केला. सुरुवातीला ते अवघड गेलं. पण एकदा मी एका भिक्खूला पाहिलं. तो स्मशानात चितेवर जळणाऱ्या प्रेताकडे पाहत होता; निश्चलसा. जळताना ते शरीर हळूहळू झडत होतं, चरबी विरघळत होती. मग हाडं, कवटीचा स्फोट... त्या भिख्खूनं मला सांगितलं की, मृत्यूची भीती घालवायला मी शरीराचं जळणं पाहतो आणि ते भंगुरत्व लक्षात घेतो. त्यानं अनेकदा मरणाला मारलं. मीही तेच केलं. अमर आहे केवळ हा भव्य निसर्ग! ब्रह्मांड, ग्रहगोल, त्यांची अंतरं आणि नश्वर जीवसृष्टीतलं सातत्य. व्यक्तिगत माणूस मेला, तरी मानवजात संपत नाही. ती हजारो वर्षं प्रवाहाप्रमाणे काळासोबत अस्तित्वात आहे."

"पण लोक आशीर्वादासाठी समोर वाकतात, तेव्हा चांगलं वाटत असेल, नाही?" अभिमन्यूनं विचारलं.

"नाही. माझ्यासारख्याच्या समोर काळ एकत्रितपणे येतो आणि बरेचदा मला खोटे आशीर्वाद द्यावे लागतात. पायापाशी वाकलेला माणूस उद्या मरणार, हे दिसत असलं, तरी 'दीर्घायू हो' म्हणावं लागतं. नियतीच्या गाठी उकलणं आपल्या हातात नसतं म्हणून खोटेपणानं वागावं लागतं. सत्याऐवजी ऋत स्वीकारावं लागतं."

"ऋत?"

"असं सत्य, जे खोटं असलं, तरी जीवनासाठी उपयुक्त असतं. म्हणजे असं बघ, एखादी गाय पळत गल्लीत शिरली आणि तिच्या मागच्या कसायानं आपल्याला विचारावं की 'गाय कुठे?' तेव्हा तिला वाचवायला दुसरी दिशा दाखवणं, म्हणजे ऋत."

"मग माणसानं सत्य बोलावं की ऋत?" चेतन.

"जेव्हा आपला स्वार्थ असेल, आपल्याशी संबधित गोष्ट असेल, तेव्हा सत्य. इतरांच्या बाबतीत बोलताना गरज असेल, तेव्हा ऋत. जेव्हा स्वत:साठी आपण ऋत बोलतो, तेव्हा ते ऋत राहत नाही. ते असत्य होतं. स्वार्थ अनेक शब्दांचे अर्थ बदलून टाकतो. "

संन्याशाचं बोलणं त्यांना जीवनाची परिभाषा सांगत होतं.

"अनेक मोठे तत्त्वज्ञ होऊन गेलेत. त्यांनी तर सत्याबद्दलच सांगितलंय." वाटाड्यानं शंका काढली.

संन्यासी समोर पाहत होता.

"प्रत्येक बिकट परिस्थितीच्या वेळी तत्त्वज्ञ जन्माला आला. तो त्या बिकट परिस्थितीत वाढला, तिचा अभ्यास केला आणि त्या परिस्थितीला सावरणारं, बदलू पाहणारं तत्त्व त्यानं सांगितलं. पुढे परिस्थिती बदलली. वेगळा संघर्ष, वेगळं तत्त्व, वेगळ्या आचरणशैली दुसऱ्यानं सांगितल्या. परिस्थितीला अनुरूप शाश्वत तत्त्व ते देऊ शकले नाहीत. त्यांनी शाश्वत मनाची तत्त्वं सांगितली; जशी दया, क्षमा, अहिंसा आणखी आणखी... पण मनाची तत्त्वं परिस्थितीला लागू पडत नसतात. ती फक्त माणसाला उंची देतात; परिस्थितीला नाही. असे महात्मे उंची गाठतात, पण त्यांचे अनुयायी शब्दांच्या टरफलात आणि परिस्थितीच्या गुंत्यात अडकून घोळ घालून ठेवतात. म्हणून शाश्वत तत्त्व सांगणारी शक्ती वेगळीच आहे."

"कोणती?" सगळ्यांनीच उत्कंठेनं विचारलं.

"ते सांगायची वेळ अजून आली नाहीये, पण ती दूरही नाही, थोडी वाट पाहा."

त्या सपाट बर्फाळ जमिनीवर रात्र काढणं अवघड होतं, पण ते स्वप्नांच्या उबेत सुरक्षित होते. संन्यासी तर काय जणू बर्फाच्या अणुरेणूतली उष्णता शोषून घेत होता.

एका क्षणी संन्याशानं त्या तिघांना गुंगीतून बाहेर आणलं. पौर्णिमेचा चंद्र अगदी आकाशाच्या मध्यावर आला होता.

"हे दृश्य बघून घ्या. परत तुमच्या प्रदेशात गेल्यावर हे दृश्य पाहायला मिळणार नाही."

ते बघत होते. चंद्राच्या निळसर शुभ्र प्रकाशात बर्फ त्याच रंगानं चमकत होतं. पूर्ण बर्फावर चांदणं पसरलं होतं आणि बर्फाच्या आरस्पानी स्वरूपामुळे चांदणं आतपर्यंत मुरलं आहे, रुजलं आहे असं वाटत होतं. कदाचित बर्फाला चांदण्याचं स्वप्न पडत असावं. सगळा बर्फाळ प्रदेश एक मोठा स्फटिक झाला होता. निळसर रंगाचा!

सगळेच अनिमिषपणे त्याकडे बघत होते.

"तुम्ही चांगल्या दिवशी इथे पोचलात. पौर्णिमेचं सौंदर्य पाणी आणि बर्फ ह्याखेरीज कशातही एवढं खुलत नाही. त्यात आता थंडी ओसरते आहे. बर्फ सूक्ष्मपणे विरघळायला सुरुवात झाली आहेत. बर्फाच्या पोटातच लपलेल्या महानद्या आणखी एक महिन्याने बर्फ प्रसवतील. त्या नद्या वाहू लागतील; जीवन फुलेल."

संन्यासी आनंदानं हसला. समोरून तो उभा पर्वतही हसला.

हळूहळू चांदण्याचा निळसर प्रकाश पांढुरका होऊ लागला.

त्या शिखरावरची नीरव शांतता, ना पक्ष्यांचा आवाज, ना माणसांचा, ना झाडांचा; फक्त एक अत्यंत सूक्ष्मसा शांततेचा आवाज! कदाचित तो विश्वाच्या गतीचा असावा.

हळूहळू पूर्व क्षितिजावर सोनेरी झाक पसरू लागली.

संन्याशानं डोळे मिटून त्या आभेला वंदन केलं आणि पाहता पाहता सूर्य वर

आला; सोनेरी, झगमगता, त्या विरळ, पण स्वच्छ वातावरणात आपल्या सर्व तेजासह, सौंदर्यासह उगवलेला. क्षणार्धात त्याची किरणं धावत भूमीवर पसरली; त्या बर्फावर पसरली. तो समोरचा, दुसऱ्या विश्वावर असल्यासारखा पर्वत आता चक्क सोनेरी झाला होता. त्या सुवर्णरंगानं चमकत होता. किंचित उबेनं स्त्रवणारं पाणी... छे! सूर्याचं तेजच त्या सोनेरी पर्वतावरून वाहून खाली टपटप पडत होतं. त्या बर्फात ते तेज आतवर झिरपत गेलं होतं. सर्व बर्फ सुवर्णाचा झाला होता. जणू धरणीनं एका महाभूताला विनंती केली होती आणि ते सूर्यभर्ग त्याच्या गर्भात आकर्षून घेतलं होतं. पर्णहीन झाडं उभी होती, त्यांवरही बर्फ पडलं होतं. त्या बर्फाचे अनेक थेंब झाडांना धरून लटकले होते. ते तेज त्या थेंबांत सामावत होतं आणि अनेक बालसूर्य झाडाला लगडल्यासारखे भासत होते.

सगळेच जण ते दृश्य अनिमिषपणे पाहत होते. संन्यासी हात जोडायलाही विसरला होता. संन्यासीच का, कांचन आणि चेतनही! सगळं शरीर पंचेंद्रियांसह जणू हात झालं होतं. आणि त्या तेजापुढे सर्व अहंकार वृत्तींसह नतमस्तक झाले होते.

''इकडे ये, या बाजूला बघ.'' संन्याशानं कांचनला एका दिशेकडे नेलं. समोरच्या बर्फावरून विरघळलेलं पाणी खाली जात मोठा स्त्रोत झालं होतं आणि सोनं वाहत चालल्यासारखं दिसत होतं.

''हा तुझ्या स्फटिकावरचा सोन्याचा पर्वत!'' संन्यासी.

''हो!'' कांचनला ते जाणवलं होतं. तो अतीव समाधानाने उद्‌गारला.

''कांचन, परिसानं निर्माण होईल, ते सोनं जड रूपातलं असेल. जड वस्तूपासून जड वस्तूच निर्माण होतात; अलंकार, आभूषणं. ती जड शरीरांवर चढतील. कधी कुणी ते सोनं चोरतीलही. कारण जड वस्तूची चोरी होणं अत्यंत सोपं असतं, पण हे सोनं, हे चैतन्य जडापलीकडचं; मनात झुळझुळत जाणारं. केवळ आत्म्यानंच आपण ह्या सौंदर्याला स्पर्शू शकतो. तू हे सुवर्ण हातात घ्यायचा प्रयत्न केलास, तर तो असफल होईल. म्हणून तुझ्या सर्वस्वाचा द्रोण कर आणि त्यात हे तेज साठव, ज्याला कधीही कुणी चोरू शकत नाही. कधीही कुणी तुझ्याएवढं जाणवूही शकणार नाही. ते तुझ्या एकट्याचं असूनही त्याला जाणवू पाहणाऱ्या सर्वांचं आहे. मी रोज हे दृश्य पाहतो, पण मला कंटाळा येत नाही. कारण ह्या दृश्यात सृजन लपलेलं आहे; चैतन्य लपलेलं आहे. चैतन्य, सृजन हे कधीच कंटाळवाणं नसतं. ते मनाला चिरतरुण ठेवतं. माणसालाही चिरतरुण असावं वाटतं. कारण तारुण्य अनेक क्षमतांना साकारण्याची क्षमता बाळगून असतं.

''इथे पाण्यालाही तहान लागते; तेजाची, चैतन्याची! पाणी हे तेज पिऊन घेतं; वाहत जातं; धरणीवर सर्वत्र पोचवतं. तेच तेज झाडांना पालवी देतं; शेतात

दाण्याच्या पोटी असतं. हेच तेज पाण्यातून, दाण्यातून माणसाच्या शरीरात जातं. सर्व पेशींना दीप्ती देतं. प्रत्येक पेशी एक निरांजन बनते आणि आपण 'जगू' लागतो. हे जगणं खरं बेटा. तेजानं सीमित राहू नये. त्यानं पसरत जावं; चराचरात सामावत जावं. 'भर्गो देवस्य धीमहि'चा खरा अर्थ 'साठवून घे हे चैतन्य स्वत:त!' हे तुझं स्वप्न आहे कांचन. त्याला आत्म्याच्या ओंजळीत धर आणि आत्म्यातून तेज दुसऱ्यांपर्यंत वाहू दे. तू सूर्यपुत्र हो!'' कांचन स्वत:जवळचा परीस विसरला होता; घरातलं दारिद्र्य विसरला होता. ह्या क्षणी तो जगातला सर्वात श्रीमंत आत्मवान होता. हा सोन्याचा पर्वत त्याचा होता.

''कांचन, चेतन, आपण स्वप्नांच्या शोधात निघतो आणि हाती सत्य येतं, तो खरा विजयी प्रवास! हे सत्य चिरमंगल आहे, म्हणून ते माणसाला स्वप्नाहून अधिक आवडतं. आणि अभिमन्यू, तू....''

''मलाही काही गवसलं आहे. मला आजवर प्रश्न पडत होता की, मी वाटाड्या का झालो, पण आज कळालं, मीही एक प्रवासीच आहे. तो सहावा प्रवासी ज्याची मी वाट पाहत होतो. 'कोण असेल तो सहावा प्रवासी?' मी विचारलं होतं तुम्हाला. तेव्हा तुम्ही म्हणाला होता, सहावा प्रवासी केव्हाही येईल, अगदी शेवटच्या क्षणीदेखील! हो, तो येऊन पोचला. माझ्याच मनात! मी स्वप्न न पाहताही परमेश्वरानं मला आपण होऊन स्वप्न दिलं. ज्या वाटा इतरांना दिसत नव्हत्या, त्या मला दिसत होत्या. न मागता हे स्वप्न सत्याच्या रूपानं माझ्या ओंजळीत घातलं. ती क्षमता माझ्यात निर्माण केली.'' अभिमन्यू.

''हो. कारण तुझा स्वभाव. जीवनाच्या अनेक अर्थांचं आकलन तुला होतं. केवळ तुझ्या नाही, तर इतरांच्याही. तुझ्यात आणि समोरच्या व्यक्तीच्या मनात एक वाट आपोआप निर्माण होते. ती तुझ्याकडून सुरू होऊन समोरच्या व्यक्तीच्या मनात संपते. त्या वाटेवरून त्या व्यक्तीच्या मनातले प्रश्न, शंका, विचार तुझ्यापर्यंत चालत येतात. आणि खूपदा त्यांची उत्तरं, समाधानं तुझ्यापाशी असतात. म्हणून त्यानं तुझी वाटाड्या म्हणून निवड केली.''

''हा 'तो' कोण आहे?''

'' 'तो' आपल्या आकलनाबाहेर आहे. फक्त त्याच्या चैतन्यमयी सोनेरी पाऊलखुणा आपल्याला दिसत असतात. तो अगम्य स्वरात आपल्याशी बोलतो. ते बोलणं फक्त आत्माच जाणू शकतो. तो रात्रीच्या चांदण्याच्या रूपांतही येतो किंवा ह्या सूर्याच्या तेजातही. तो अनेक रूपांत प्रगटतो आणि त्या त्या जडत्वाला चैतन्य देतो. तो तुझ्यापर्यंत पोचला हे तुझं भाग्य. त्यानं वाटाड्या म्हणून तुला निवडलं, हे तुझं आणखी भाग्य. जगात अनेक अभिमन्यू जीवनाच्या वाटेवरच्या चक्रव्यूहात अडकतात आणि त्यातून बाहेर निघू शकत नाहीत. पण एक अभिमन्यू

असा आहे, ज्यानं 'स्व'च्या चक्रव्यूहाचा भेद केला. तो तू अभिमन्यू. प्रत्येक व्यक्तीच्या जीवनाच्या अनेक वाटा असतात. त्यातल्या काही वाटा दु:खाच्या वाळवंटाकडे जातात, काही वाटा समाधानाच्या प्रदेशात जातात, काही वाटा सुखाच्या जंगलात, तर काही वाटा भोगाच्या दलदलीत. ह्या अनेकांना तुला त्यांची वाट दाखवायची आहे, जी चिरंतन समाधानाकडे जाणारी असेल आणि अशी उमेद, जी समाधान मिळूनही माणसाला चालतं ठेवते. समाधानी माणसाचं चालणं दुसऱ्यासाठी असतं. ते चालणं अत्यंत आवश्यक असतं. अशी माणसं तयार करणं अवघड असतं; पण तू निदान अशा माणसांची समाधानाशी ओळख तरी करून दे. एकदा मनाची ती अवस्था गाठली की, दु:ख असो, भोग असो, सुख असो, माणसं त्यात वाहवत नाहीत. एवढंदेखील खूप आहे. हे माणूसपण तू जप, कारण अभिमन्यू, प्रवाहातून नाव चालवणारा, दुसऱ्यांना वाटा दाखवणारा माणूसच 'महात्मा' असतो.''

अभिमन्यूच्या डोळ्यांतल्या कृतार्थ आसवात सूर्य आपलं तेज दान करत होता.

''आणि माझं स्वप्न... रंगांचं? कीर्तीचं.'' हरवलेला चेतन भानावर आला. त्यानं विचारलं. आपल्या स्वप्नांची पूर्तता कशी करायची, त्याला कळत नव्हतं.

''तुझे जिवंत रंग! खरंच चेतन, किती रंग असतात?''

''अं... मूळ रंग पाच. त्याच्यापासून अनेक रंग, अनेक छटा निर्माण होतात.''

''हं!'' संन्याशानं त्याच्या डोक्यावर हात ठेवला आणि मनातल्या मनात कसलासा मंत्र म्हटला.

''चेतन, तुला मी शक्ती दिली आहे. निसर्गाची काही रहस्यं तुझ्यासाठी मोकळी केली आहेत. तू ज्या वेळी चित्र काढतोस, त्या वेळी 'कूक' देणाऱ्या पक्ष्याचा फुललेला गळा काढतोस. झऱ्याच्या वाहण्यात त्यांचा आवाजही सामील असतो. आता डोळे उघड आणि अनुभव ते रहस्य!''

चेतननं डोळे उघडले आणि तो बघत राहिला; सैरभैर झाला. संन्याशानं आपला हात त्याच्या डोक्यावरच ठेवलेला होता.

''चेतन, जे बघतोस, त्यानं घाबरू नकोस. माझी शक्ती तुझ्या पाठीशी उभी आहे.''

चेतन पाहत होता अनेक रंगांचे कल्लोळ! जे रंग त्यानं कधीही पाहिले नव्हते. त्या रंगांना नावं नव्हती, परिचय नव्हता एवढे रंग! नेहमी दिसणाऱ्या रंगांच्या पलीकडे असणारे असंख्य रंग त्याच वेळी त्याला जाणवत होते. असंख्य आवाज ऐकू येत होते. पर्णहीन झाडांच्या खोडातून वाहणारा जीवनरस, जमिनीच्या गर्भातून येणारे हुंकार, पाण्याच्या सूक्ष्म झुळझुळीचा तीव्र आवाज, त्यात लपलेले अनेक आवाज, विश्वाच्या गतीचा 'घम्म' असा होणारा आवाज, त्वचेला जाणवणारे

वेगळे स्पर्श, जिभेच्या छिद्रांवर वेगळ्या स्वादांची जाणीव, बर्फाचा वास, निरामय हवेचाही वास....

अवकाशातून येणारे रंगाचे झोत तो पाहत होता. जणू कुणी मोठ्या कुंभातून अनेक रंग अवकाशातून ओतत होता. आणि ते रंग खालच्या बर्फावर सांडत होते. 'आणि... आणि हे काय... अभिमन्यू आणि संन्याशाच्या अंगाभोवती वेढून असलेला पांढरा शुभ्र प्रकाश! कांचनच्या भोवती निळसर आणि आपल्याभोवती असलेला किंचित गुलाबी प्रकाश! हे प्रकाश वेढून का आहेत?' तो विचार करता करता अनिमिषपणे ते रंग मनात साठवून घेत होता.

"डोळे मिट चेतन!"

चेतनला डोळे मिटावेसे वाटत नव्हते.

"चेतन, आता डोळे मिट. आपल्या मर्यादांना हे सर्व सहन होणार नाही. माझी प्राणशक्ती मी तुझ्यामागे उभी केली, म्हणून तू हे पाहू शकलास."

संन्याशानंच चेतनचे डोळे मिटले.

चेतनचं अंग रसरसून आलं होतं.

"चेतन..."

"हं..." चेतन भानावर येत हुंकारला.

"पाहिलीस निसर्गाची रहस्यं? अरे, एवढं अफाट, अमर्याद आणि कल्पनातीत आहे हे विश्‍व! जे आपण पाहू शकतो, ऐकू शकतो, अनुभवू शकतो ते केवळ एक अंश भाग आहे. बाकी सगळं आपल्या क्षमतेपलीकडे आहे. आपले कान, डोळे, सर्व इंद्रियं काही क्षमतेपर्यंतचं अनुभवू शकतात. आपल्या अडीच हाती देहाला सर्व चराचर पाहणं केवळ अशक्य आहे. दिसणाऱ्या जगाखेरीज आणखी एक जग इथेच अस्तित्वात आहे, जे तू आत्ता काही क्षण पाहिलंस. तुला तुझे रंग जिवंत करायचे आहेत. पण आधी एवढे न दिसणारे रंग तू अस्तित्वात आणू शकशील? न ऐकलेले आवाज तुझ्या चित्रांतून व्यक्त करशील? मृत्यू आला की, आपण स्वत:लाच जिवंत ठेवू शकत नाही, तर रंगांना जिवंत कसं करणार?"

"पण हे एवढे रंग... एवढे आवाज अस्तित्वात आहेत?"

"हो. आपली ज्ञानेंद्रियं क्षमतांच्या मर्यादेत बांधली गेली आहेत. काही प्राण्यांना आपल्या क्षमतेपलीकडचं ऐकू येत असतं; पाहता येत असतं. अनेक बारीकसारीक आवाज आपण ऐकतो, पण जी एवढी मोठी पृथ्वी गतिमान आहे, आपली जननी आहे, तिच्या गतीचा होणारा आवाज ऐकण्याची क्षमता मात्र आपल्यात नाही. पण काही क्षणांसाठी का होईना, तू तो आवाज ऐकलास. आपण निसर्गाचे सजीव घटक असलो, तरी निसर्गानं आपल्याला हातचं राखूनच दिलं आहे. झाडं सजीव असून एका जागी स्थिर आहेत. कारण त्यांनी स्थिर असणं इतरांना आवश्यक आहे.

म्हणून माणसाला पूर्ण सत्य कळणं अशक्य आहे. आपलं सत्य असत्यानं ग्रासलेलं आहे. सत्य ज्ञानेंद्रियांच्या क्षमतेच्या अवगुंठणात बांधलेलं आहे. दुसरं सांगायचं, तर सत्य काळाच्या स्रोतातही बांधलं गेलं आहे. आजचं सत्य उद्याचं असत्य असू शकतं. माणसाची बुद्धी त्यापुढे तोकडी पडते. बुद्धीपेक्षा मन अधिक संवेदनशील, प्रयत्नशील असतं. दया, क्षमा, करुणा, प्रेम ह्या भावनाच माणसाला मोठेपण देतात. तसं बुद्धीचं होत नाही. बुद्धीच्या परिणामांचे अनेक भेद असू शकतात चांगले-वाईट. म्हणून मन अधिक जपायचं. भावना आपल्या संपूर्ण क्षमतेसह आविष्कृत होतात, पण बुद्धीचं तसं होत नाही. तिचे टप्पे असतात, पायऱ्या असतात, चुकण्याच्या शक्यता असतात, चुकीचा वापर होण्याची शक्यता असते. सर्व पायऱ्या चढून जाव्या आणि शंभराव्या पायरीला कळावं की, मूळ सिद्धान्तच चुकीचा होता, अमंगल होता किंवा जगाचा स्वाहाकार करणारा होता. बुद्धी जे सांगते, त्यावर अनेक जण अधिकार गाजवू शकतात. भावना चांगल्या अर्थानं अनेकांवर स्वत:चा अधिकार गाजवतात. प्रेम करणारा माणूस अनेकांवर प्रेम करतो.''

संन्यासी बोलता बोलता गप्प झाला. चेतन आता हळूहळू भानावर आला.

''प्रचंड विश्व! प्रचंड! कसले अहंकार! कसली स्वप्नं! आज कळाला स्वप्नांचा व्यर्थ अट्टहास. रंगांना जिवंतपण मी कसं देऊ शकेन? तो वेडेपणाच माझा!''

संन्यासी हसला.

''कळालं तर तुला!''

''हो, पण हे अमर्याद, अनाकलनीय विश्व क्षणभरच पाहिल्याचं समाधान मात्र अतीव आहे.''

''ह्या समाधानाला अहंकाराचा स्पर्श होऊ देऊ नकोस.''

''कसा होईल अहंकार? उलट असेल तो अहंकार चूर चूर होईल. झालाच तर एकाकार होईल साऱ्या चराचराशी. मी आधी स्वत:ला फार मोठा कलावंत समजत होतो, पण तो अहं आज गोगलगाईच्या शिंगासारखा ठरला. सत्य कळाल्याक्षणी ते शिंग गेलं आत.'' चेतन.

''नाही बेटा, असंही नाही. त्याच्या निर्मितीप्रमाणे निर्मिती करायची इच्छा होणं, तशी क्षमता असणं, यातून ईश्वरीय अंशाचं अस्तित्व तुझ्यात आहे, हेच सिद्ध होतं. तुला वेगळ्या तऱ्हेनं रंग जिवंत करता येतील.''

''कसे?'' चेतननं उत्सुकतेनं विचारलं.

''स्वयोनी सोडून इतर तऱ्हेचे सजीव निर्माण करणं जगात सर्वात अवघड! श्रेष्ठ निर्मिती आयुष्याची निर्मिती! तू शुष्क वाटणाऱ्या झाडांच्या बुंध्यातले पालवीचे हुंकार ऐकलेस, फक्त झाडं सजीव आहेत, हे आपल्याला पटत नाही एवढंच. सर्व चर सजीव सृष्टी ज्या सजीव अचर सृष्टीच्या साहाय्याने वाढते, त्या अचर सृष्टीचा

कृतज्ञ अस. हे घे.'' संन्याशानं आपल्या झोळीतून मूठभर बिया बाहेर काढल्या.

''सुंदर झाडांच्या, फुलांच्या ह्या बिया आहेत. ह्यांना लाव. त्यांची काळजी घे. रंग अशाच पद्धतीने जिवंत होऊ शकतील. पटतंय?''

आशीर्वाद श्रद्धेनं घ्यावे, तशा त्यानं त्या बिया हाती घेतल्या आणि कपाळाला लावल्या.

''ह्या बिया लावल्यावर काहींतून रंग उमलतील, काहींतून सुवासाची उधळण हाईल, रंग फुलातून उमलतील. हळूहळू ते फुलांच्या कोमजण्यासोबत फिके होत जातील आणि पुन्हा फुलांच्या आत असणाऱ्या बीजामध्ये सामावतील; नव्यानं उमलायला. झाडांची पानगळ, नवी पालवी नवतेचं सुखद भान देईल. काही बियांतून मोठी झाडं निर्माण होतील. मोठे फांद्या पसरलले वृक्ष! ह्या वृक्षांचं वय शेकडो वर्षांचं असतं; आपण जेमतेम नव्वदी गाठू शकतो. पण आपल्या अनुभूती ज्या वस्तुमात्रांमध्ये पेरल्या जातात, त्या मात्र वस्तुमात्रांच्या अमर्याद अस्तित्वामुळे अमर होतात. आज पाहिलेला झळाळता सूर्य आपण नसतानाही असाच उगवत राहणार. आपल्या अनुभूतीचा विषय अमर आहे. तसं हे झाड शेकडो वर्षं जगणारं, आपल्या अंगाखांद्यावर पक्ष्यांची घरटी सांभाळणारं, आपली बारीक फळं त्यांच्यासाठी खाद्य म्हणून निर्माण करणारं, पारंब्या निर्माण करत, जमिनीत त्यांना उभं करत आपल्या दीर्घायूचा शोध घेणारं... हा अनुभूतिविषय. हे सगळं आपल्या अखेरच्या क्षणी आठवायचं. त्या वेळी लक्षात येतं, आपलं हे जग सोडून मृत्यूच्या प्रदेशात निघून जाणं ह्या अमर वस्तुमात्रांनी किती सोपं केलंय. आपण जाणिवेच्या रूपानं ह्या वस्तुमात्रांमध्ये विखुरलेले असतो.''

काही काळ संन्याशी शांत राहिला.

''तुला कीर्ती हवी होती ना चेतन? अनेकांच्या तोंडी तुझं नाव हवं होतं ना!''

''हो... म्हणजे त्या वेळी ... म्हणजे.. आत्ता ह्या रंगस्वप्नांच्या वेळेपर्यंत तसंच वाटत होतं. पण तुम्ही ते रंग दाखवलेत, अमर्यादपण दाखवलंत आणि एका क्षणात मी कितीतरी अंतर चालून पुढे आलो.'' चेतन शब्द जुळवत बोलला.

''संकोचू नकोस. माणसाला दिगंत कीर्ती हवी असते. आपल्याचसारख्या अडीच हाती शरीराच्या मर्यादांमध्ये बांधल्या गेलेल्या, बरेचदा दांभिक, खोट्या लोकांकडून. त्यांचं आपल्याला वाखाणणं जितकं खोटं, त्याहून आपल्याबद्दलचा त्यांचा मत्सर कितीतरी पटीनं खरा असतो. आपल्या यशाचं कौतुक करणारे कमी असतात, पण त्याबद्दल जळफळाट करणारेच अनेक असतात. त्यांचं वाखाणणं खोटं, कौतुक खोटं असतं. बोटावर मोजण्यासारखेच असे असतात, जे आपल्या यशानं आनंदित होतात. तुला दिगंत नाव ऐकायचंय?''

''अं?'' गोंधळून चेतननं विचारलं.

"ये, इथे ये आणि समोरच्या पर्वताकडे पाहून तुझं नाव उच्चार.''

चेतन भारल्यासारखा उठला.

त्यानं पर्वतासमोर येऊन आपलं नाव जोरात उच्चारलं आणि त्याच्या नावाचा कल्लोळ त्या पर्वताच्या कानाकोपऱ्यातून दुमदुमत गेला. कितीतरी काळ त्या दिशा–पर्वत–दऱ्या सर्वच त्याला हाकारत होते.

डोळे मिटून चेतन दिशांच्या ओठीचे शब्द मनात साठवत होता. त्याच्या हृदयात नि:स्तब्धता होती. अतीव शांतता! समाधान! त्याचं अस्तित्वाचं भान काही क्षण संपलं. शरीराचं वजन उरलं नाही. केवळ हृदयाची मंद लय आणि त्यावर किंचित मंदपणे हलणारं वजनरहित शरीर! ते क्षण नव्हते; प्रहर नव्हते. काळ त्या शांततेत थांबला होता. स्वत:ची एक वेगळी अनुभूती तो घेत होता. त्यानं केव्हातरी भानावर येत डोळे उघडले.

"चेतन, ही ती शांत अवस्था, ज्याला योग्यांनी अनेक नावांनी संबोधलं आहे. पण ह्या शांत अवस्थेत चुंबकत्व असतं. निसर्गानं तुला हाकारणं, ही तुझी खरी प्राप्ती. हे क्षण लक्षात ठेव. ही झाडंही तुझं उच्चारलेलं नाव ऐकत होती. दिशा स्वत:च उच्चारत होत्या आणि ऐकत होत्या. हे ह्या अनंत विश्वाकडून आलेले आशीर्वाद आहेत, असं समज आणि त्यानंतरची शांतता हे तुला मिळालेलं शाश्वत सत्य आहे.''

आता अभिमन्यूची उत्कंठा जागी झाली.

"हे स्वप्नांचं स्वरूप असेल, तर माणसाच्या मनात स्वप्नांची इच्छा का निर्माण होते? का माणसं स्वप्नांच्या शोधात जिवाचं रान करतात?''

"कारण स्वप्नांची वाट सत्यापर्यंत येऊन संपली असते. स्वप्न शोधता शोधता सत्य हाती येत असतं. मग ते सत्य स्वप्नाच्या फोलपणाचं असेल किंवा सफलतेचं असेल. अन् ही वाट सत्यापर्यंत येऊन संपलीच पाहिजे. स्वप्नाच्या शोधात तरी किती काळ राहायचं? त्यात जगणंच राहून जातं. अखेर जगण्याइतकं महत्त्वाचं दुसरं काहीच नसतं. म्हणूनच स्वप्न न पाहणं हा फार मोठा गुन्हा आहे; करंटेपणा आहे. स्वप्न न पाहणं म्हणजे जीवनाची गती थांबवणं, आनंद हरवणं. जगण्याचं महत्त्व स्वप्नाची वाटचाल करताना आपल्या लक्षात येतं. अभिमन्यू, तुला ते महत्त्व कळालं आहे, म्हणून तू इतरांसाठी वाटाड्या झालास. फक्त तुला 'गवसलं आहे.' हे लक्षात आलं नव्हतं इतकंच. स्वप्न जीवनाला गती देतं. सत्य जीवनाला यथार्थ भान देतं. गती आणि भान एकत्र आलेलं आयुष्य यशस्वी असतं.''

संन्यासी शांतपणे समजवत होता. त्या दिशा, तो बर्फ, झाडं सारेच त्याचं बोलणं ऐकत असावेत, अशी निखळ शांतता तिथे होती.

"एक विचारू?'' अभिमन्यूनं विचारलं.

"हो, विचार की." संन्यासी.

"आम्ही आमच्या विश्वात परत जाऊ, काही विचार घेऊन. पण तुम्ही? तुम्ही का संन्यस्त आहात? तुम्हाला तर सर्व सापडलंय. अनेक सिद्धीही तुमच्याजवळ असाव्यात. मग आत कुठला शोध घेत तुम्ही इकडे येता?"

"अभिमन्यू, सत्य अनेक गोष्टींमुळे सिद्ध झालेलं असतं. परिस्थितीतून, माणसातून, कलेतून... ते आपलं वेगवेगळं रूप व्यक्त करतं. ते सापेक्ष असतं. भुकेजल्या माणसासाठी भुकेचं समाधान हे सत्य. इथेच तुम्हा सहा जणांना सापडलेलं सत्य वेगवेगळं होतं. तसंच ते काळानुरूप बदलतं. जेव्हा प्रलय होतो, तेव्हा सृजन करणं हे सत्य असतं. जेव्हा अधिक सृजन होतं, तेव्हा मर्यादा हे सत्य असतं. जगताना जीवन, तर अखेरच्या क्षणी मृत्यू हे सत्य असतं. सत्य कितीही निरपेक्ष म्हटलं, तरी त्याला अशी कालव्यक्ती सापेक्षता असतेच. पण त्यापलीकडे उभं असतं एक शाश्वत सत्य. जे विश्वाच्या संदर्भात, त्याच्या गतीच्या संदर्भात, ग्रह-ताऱ्यांच्या, अंतराच्या आणि भ्रमणाच्या संदर्भात, जीवनाच्या उत्पत्ति-लयतत्त्वापलीकडच्या संदर्भात सातत्याने लाखो वर्षं टिकवलं जातं. हळूहळू उत्क्रांत होतं. जे बदल सामावले जातात ते बदल आत घेत ते शाश्वत सत्य कायम राहतं. ब्रह्मांडाची अनाकलनीय पोकळी, सगळ्या विश्वाचा ग्रहताऱ्यांच्या अनाम दिशेनं होत जाणारा प्रवास, सूर्यासारख्या ताऱ्यांचं प्रखर तेज आणि त्या तेजोकणांतून उमलणारं पृथ्वीवरचं जीवन ह्या गोष्टी आपण साध्या समजतो; पण त्या साध्या नाहीत. त्या अनाकलनीय आहेत. हे असं सत्य आहे, ज्याची उकल होणं अवघड आहे, हे मी जाणतो. अनाकलनीय असणं, हेच त्याचं स्वरूप आहे, हे जरी मला कळालं, तरी ते उत्तर माझ्या दृष्टीनं श्रेयस्कर असेल. त्या शाश्वत सत्याचा थोडासा विचार करणं, हे माझ्या जीवनाचं उद्दिष्ट आहे. म्हणून माझा शोध अजूनही चालू आहे. रोज इथे झळाळत्या सूर्याचं दर्शन मी घेतो, घुमणारे आवाज ऐकतो, खळाळत्या वितळलेल्या नद्या पाहतो. ह्यातूनच कधीतरी मला उत्तर मिळेल, अशी आशा मी बाळगून आहे. आपला मेंदू तरी कुठे आपण पूर्ण वापरतो? आहे तो मेंदू पूर्ण वापरूनही बरीच उत्तरं मिळतील आणि ती कदाचित माझ्या दृष्टीनं आकलनीय असतील. मानवी शरीराच्या मर्यादा हा मोठा अडसर असतो. तो अडसर दूर करण्याचा मी प्रयत्न करतो आहे."

अभिमन्यूला त्याचे सगळे सहप्रवासी आठवत होते. विचार करता करता त्यानं विचारलं, "आम्ही सहा जण सोबत निघालो. प्रत्येकाचं स्वप्न वेगवेगळं होतं. तुम्ही म्हणता तसं त्यांना सत्य गवसलं. पण प्रत्येकाचं सत्य वेगवेगळं कसं? त्यांना वेगवेगळ्या वेळी ते कसं गवसलं? सखी, धारिणी, नकुल... सगळेच सत्य सापडलं म्हणून परत गेले. त्यांना खरोखरंच सत्य सापडलं होतं का?"

"सत्य म्हणजे काय असतं? ना ती घटना आहे, ना नियम, ना शब्द, ना

कोणती जड वस्तू. हे सर्व सत्याचे वाहक असू शकतील; पण सत्य ही एक निरामय अवस्था आहे. एक अशी अवस्था, जिथे आपण आणि सर्व प्राणिमात्र एका पातळीवर उभे असतो. 'ते' म्हणजे 'आपण' एवढं सायुज्य असतं. त्या वेळी ना कुणाचा राग, ना द्वेष, ना कुणाला दुखावण्याची कृती असते. ह्या मनोमय अवस्थेत सर्वांचा भाव स्वतःत सामावून घेत सत्य आपल्यापर्यंत येतं. जसं सर्व प्राणीमात्रांकरता त्यांच्या वेदनेला समजून घेणारं अहिंसा हे सत्य किंवा प्रेम हे सत्य किंवा वात्सल्य, मातृत्व. वेगवेगळ्या माध्यमांतून ही निरामय अवस्था आपल्याला भेटते. त्या अवस्थेला कुणी खोटं ठरवू शकत नाही; आव्हान देऊ शकत नाही किंवा त्या अवस्थेला पर्यायही नसतो. अहिंसा, प्रेम, वात्सल्य ह्यांना कोण आव्हान देईल सांग? ह्यांना कोणता पर्याय आहे? प्रेमाला प्रेम हाच पर्याय. म्हणून ते एकमेव आणि उन्नत मनोवस्थेचं असतं. जी अवस्था धारिणीला त्या अस्वलिणीला प्रसूत होताना पाहून सापडली, जी अवस्था धारिणी आणि तिच्या गर्भस्थाला आपलं म्हणताना नकुलला सापडली. सत्य मिळवायला काही मोठ्या घटनाच घडायला हव्या असं नाही. आपल्याला लहान वाटणाऱ्या घटना फार मोठं सत्य आपल्यापर्यंत आणून सोडत असतात.

"मी अनुभवलेली एक साधी घटना सांगतो. मी गृहस्थाश्रमी असताना एक लहानशी मुलगी भीक मागायला आली. भुकेनं तिचे डोळे खोल गेले होते; आवाजही निघत नव्हता. मी तिला पोळीभाजी ताटात वाढून दिली आणि 'जेव' म्हटलं, पण जेवायला तिनं नकार दिला. तिनं ते अन्न जवळच्या पटकुरात बांधलं. मी तिला कारण विचारलं.

" "माझे आई, वडील, भाऊ सगळे उपाशी आहेत. आम्ही सगळे मिळून हे खाऊ.'' तिनं उत्तर दिलं. त्या क्षणी मी खूप लहान झालो होतो आणि ती मुलगी फार मोठी. मी तिला भिक्षा दिली, तिनं मला दीक्षा दिली. हे सहानुभूतीचं सत्य तिला, एका अशिक्षित मुलीला गवसलं. सत्य जाणण्यासाठी शिक्षणही महत्त्वाचं नाही. सत्य जाणायला हवं एक व्यापक मन, अंतःकरण. प्रत्येक माणूस वेगळा असतो, म्हणून अशी मनोमय अवस्था प्रत्येकाला वेगवेगळ्या माध्यमातून प्रतीत होते.

"सत्य कोणत्याही स्पर्धेतून सापडत नाही. 'आपण कुणालातरी हरवलं' ह्या भावनेत निखळ आनंद नाही. आपण श्रेष्ठ आहोत हा अहंकार आणि कुणाच्या हरण्यातला क्रूर आनंद सत्यापासून फार दूर असतो.''

"पण सामान्य माणूस कुठे स्पर्धेत असतो?'' कांचननं विचारलं.

संन्यासी हसला.

"सामान्य माणूस सतत स्पर्धा करत असतो. माझ्यापेक्षा शेजाऱ्याचं घर मोठं, माझ्यापेक्षा माझा भाऊ अधिक पैसा मिळवतो, माझा मुलगा पुढे जातोय, असंही

खूपदा माणसाच्या मनाला जाणवतं. मग तो गरज नसताना, परवडत नसताना दोन खोल्या अधिक बांधतो. भावापेक्षा श्रीमंत होण्यासाठी नको त्या मार्गानं पैसे कमवतो. खूपदा असामान्य म्हणवणारा माणूस स्वत:शीच स्पर्धा करतो, आपली एक प्रतिमा निर्माण करून. त्यातून त्याचा विकास झाला, असं वाटलं, तरी स्वत:कडूनच त्याचा मानसिक छळ झालेला असतो. आपली क्षमता ओळखणं आवश्यक, म्हणून ही काही उदाहरणं दिलीत.''

''चला, बरं झालं, सत्य आपल्याला गवसलं.''

संन्यासी पुन्हा हसला. त्यानं चेतनच्या माथ्यावर हात ठेवला. त्या हातातून वात्सल्य स्त्रवत होतं.

''बेटा, मी आधीच म्हटलं की, सत्य ही कोणतीही एक घटना नाही. आज निसर्गाहून आपण खूप तोकडे आहोत, हे तुला कळलं, कारण तू एका मनोवस्थेला गेला होतास. मनोवस्था महत्त्वाची. जीवन सतत बदलतं असतं, वाहतं असतं, नवीन क्षणांना कवेत घेत जुन्या क्षणांचे किनारे मागे टाकत ते धावत असतं. काळ ही त्याची धारा. तुला जे काही कळलं, जे तू शब्दांत सांगतोस, ते 'आजचं' आहे. उद्या जीवन आणखी काही वेगळं सत्य सांगेल, पण ह्या गवसलेल्या मनोवस्थेमुळे तुला ते चटकन लक्षात येईल एवढंच. अशी अनेक सत्यं तुला जीवन सांगत जाईल आणि ती तुला संपन्न करतील. अगदी मृत्यू हे सत्यही तुला अखेरीस कळेल आणि तू ते न डगमगता स्वीकारशील. जोपर्यंत जीवन आहे, तोपर्यंत ते वेगवेगळ्या सत्याचे आविष्कार आपल्यासमोर करत राहणार. जर एकच सत्य असतं, तर त्या बिंदूशीच जाणिवा गोठून गेल्या असत्या; पण सत्य जीवनातून उगवत असल्यानं जीवनाप्रमाणे नवनवोन्मेषशाली प्रकृती त्याचीही आहे. जीवनात आनंद-दु:ख दोन्ही उसळत असतात. सत्य त्या दोन्हीला पचवतं; रिचवतं. त्यामुळे मन डगमगत नाही. अनेक महात्मे मी पाहिलेत, ज्यांनी लोकांच्या सुखासाठी स्वत: गोळ्या झेलल्या. एक महात्मा अहिंसेच्या तत्त्वासाठी जीवनाच्या सर्वस्वाचा त्याग करून, वस्त्रं नाकारून चराचराचा झाला. ही शक्ती त्या मनोवस्थेत असते.''

''तुम्ही म्हणता, तशी ही मनोमय अवस्था असेल, तर ती आचरणात कशी आणायची?''

''अगदी सोपं आहे. एखादं वर्तन करताना तुझ्या उन्नत मनानं सहज स्वीकारलं, तर ते सत्याच्या जवळ जाणारं वर्तन असेल; पण एखादं वर्तन करताना तुझी विवेकबुद्धी तुला टोचणी देत असेल, कुठेतरी पाऊल मागे ओढत असेल, तर ते काम तू करायचं नाहीस. ज्यांना ही निरामय अवस्था गवसत नाही, असे लोक असली कामं करून मोकळे तर होतात; पण नंतर दु:खी होतात. कोणत्याही कामाचं अंतिम उद्दिष्ट आनंद आणि समाधान हवं. उदाहरण सांगायचं झालं, तर

मनाला परस्त्रीचा किंवा परपुरुषाचा मोह पडू शकतो, पण मोहातून पाय काढून घेणं हे सत्याचं आचरण झालं आणि त्या मोहात अडकणं, म्हणजे अनेक दु:खांना आणि आत्मपीडनाला सामोरं जाणं. तुम्ही इतरांना फसवू शकता, पण आत्मपीडन चुकवू शकत नाही.'' संन्यासी म्हणाला.

''मला तुम्हाला एक महत्त्वाचा प्रश्न विचारायचा आहे.'' अभिमन्यू म्हणाला.

''विचार.''

''तुम्ही आत्ताच म्हणलात ना की, जीवन सतत नवं सत्य आपल्याला दर्शवत असतं? पण तुम्ही तर जीवनाबाहेरच पडलात. आता तुम्हाला नवीन सत्य स्वीकारण्याची गरज उरली नाही का?''

संन्यासी किंचित हसला.

''बेटा, मला शाश्वत अशा वैश्विक सत्याजवळ जायचं आहे. माणूस जेव्हा जगाशी संबंध तोडतो, तेव्हा तो विश्वाजवळ जात असतो. गुंत्यातून बाहेर पडलेला माणूस चटकन पाय उचलतो आणि हे एक दिवस तुलाही कळणार आहे. तेव्हा भेटू आपण!''

''काय?'' अभिमन्यू चकित हाऊन उद्‌गारला. ''मीसुद्धा?''

''हो, संन्यस्तपण तुझ्या वृत्तीत आहे; डोळ्यांत आहे.''

''पण तुम्ही वयानं वृद्ध. मी येईपर्यंत तुम्ही... तुम्ही...''अभिमन्यू चाचरला.

संन्याशी मुक्तपणे हसला.

''मी लवकर मरणार नाही. मी जो शोध घेतो आहे, असा शोध घेणारी माणसं लवकर मरत नाहीत. आंतरिक शक्ती शरीराला जगण्याचं बळ देत राहते. 'आता काय उरलं? सगळं संपलं' म्हणणारी माणसं पन्नाशीतच गेलेली मी पाहिली आहेत. ही शोधाची ऊर्मी मला जगवेल.''

''पण असं संन्यस्त होणं कदाचित मला जमणार नाही.'' अभिमन्यू स्वत:च्या वृत्ती आजमावत म्हणाला.

''स्वत:तून आणि स्वत:च्या सर्व पाशातून दूर होणं म्हणजे संन्यस्त असणं. तू वाटाड्या. लोकांना कदाचित दु:खातून बाहेर पडण्याच्या वाटा दाखवशील. स्वत:ला इतरांमध्ये हरवून टाकशील. आपला आत्मभाव इतरांच्या आत्मभावात मिसळून टाकणारेच महात्मे होतात.''

आता सूर्य बराच वर आला होता. बर्फ किरणं परावर्तित करत होतं. ते तेज डोळ्यांना असह्य होत होतं.

''आता परतीच्या मार्गाला लागा. तुम्ही भाग्यवान आहात की, तुम्हाला स्वप्नांचा अर्थ कळाला. जेव्हा कधी आयुष्याचा आणि विश्वाचा अर्थ कळेल, तेव्हा हा तीव्र प्रकाशही तुम्ही सहन करू शकाल. तुमचा मार्ग पुढे चालूच राहणार आहे.

जी स्वप्नं पायांशी गोळा होतात आणि प्रवास संपला म्हणतात, ती स्वप्नं 'स्वप्नं' नसतातच. ती केवळ वळणं असतात. खऱ्या स्वप्नांना मुक्काम नसतो, तेव्हा स्वप्न आणि सत्य हाती घेऊन चालत राहा. आता मला पलीकडे जायचं आहे.'' त्यानं दरीच्या पलीकडे निर्देश करत म्हटलं.

सगळ्यांनी तिकडे पाहिलं.

जिथे प्रवास संपला होता, ती दरी वेगळ्या जगाची, अनुल्लंघनीय विश्वाची सुरुवात असावी, असं वाटणारा तो कडा. हा संन्यासी तिथे जाणार कसा?

''तुम्ही कसे जाणार तिथे? तिथे पोचायला तर रस्ताही नाहीये.'' कांचननं विचारलं.

''मी त्या दरीवरून जाईन.''

''दरीवरून!'' सगळेच आश्चर्यानं उद्गारले.

''हो, खालून येणाऱ्या वाऱ्यामुळे तिथे शरीर पेललं जातं.''

''म्हणजे तुम्ही वाऱ्याच्या भरवशावर जाणार? आणि वारा मध्येच थांबला तर?'' चेतन.

''तर मी दरीत कोसळेन.''

''आणि तरी तुम्ही जाणार? तुम्हाला भीती नाही वाटत?'' अभिमन्यूने विचारलं.

''नाही. कारण मी निसर्गावर विश्वास ठेवतो. ठेवावाच लागतो. न ठेवून सांगणार कोणाला? आपणही श्वासाच्या काठाकाठानं चाललेले असतो. एक श्वास हुकला की, मृत्यूची खाई असते. शेवटी मृत्यू ह्या अटळ घटनेच्या भीतीवर नियंत्रण मिळवलं की, पंचमहाभूतांच्या पुढे इवलासा माणूसही बेदरकारपणे उभा राहू शकतो. त्यांना हरवू शकला नाही, तरी धीटपणे परिणामांना स्वीकारू शकतो. कधीतरी हा अनुभव तुम्हालाही येईलच. तोवर तुम्ही श्वासांच्या दऱ्या पार करत राहा.''

''पण हे असं का जायचं? मुद्दाम विषाची परीक्षा का घ्यायची?'' चेतननं विचारलं.

''ही विषाची परीक्षा नाही. स्वत:ची परीक्षा आहे. शौर्याची परीक्षा आहे. जेव्हा आयुष्याचं माप पूर्ण भरेल, त्या वेळी दरीतून वर येणारा आणि मला तोलणारा वारा थांबेल. मी त्यासाठी तयार आहे.'' संन्यासी म्हणाला. जवळचे सर्व शब्द संपल्याप्रमाणे उठला आणि दरीवर अधांतरी पावलं टाकत चालू लागला.

तिघांनाही त्यांचं विश्व खुणावत होतं; एका वेगळ्या जाणिवेतून. ते विश्व जेवढं जमिनीत रुजलं होतं, तेवढंच आकाशालाही भिडलं होतं.

ते झपाट्यानं परतीच्या वाटेवर चालू लागले. त्यांचं आधीचंच जीवन नव्यानं त्यांच्या स्वागतासाठी सज्ज होतं!

◆